đừng theo dông bão

KHANH TRƯỜNG

ĐỪNG THEO DÔNG BÃO

truyện vừa

ra đi.gửi gió đôi lời
đừng theo dông bão.khóc người hồ nghi
nhìn xem. biển cả xanh rì
núi rừng lẫm liệt.lâm nguy từng giờ
(huy tưởng)

MỞ NGUỒN

ĐỪNG THEO DÔNG BÃO
Truyện vừa: Khánh Trường
Bìa tranh: Lê Hải Triều. *trình bày* KT
Phụ bản: Lê Hải Triều
Chính tả: Song Thao
Biên tập: Phạm Hiền Mây
Dàn trang: Nguyễn Thành
ISBN:

NGUYỄN VY KHANH

khánh trường
đừng theo dông bão

MỞ NGUỒN

Đầu năm 2021, nhà văn Khánh Trường vừa cho xuất bản tiểu thuyết *Xuyên Giấc Chiêm Bao*, nay vẫn đang tiết Xuân, anh lại hoàn thành một tập tiểu thuyết mới, *Đừng Theo Dông Bão*. Người đọc chưa hết bàng hoàng với *Xuyên Giấc Chiêm Bao* anh viết về cuộc chiến đã xảy ra, về những sinh linh và đổ vỡ - anh cho biết trong lời Mở: "Chiến tranh không nên có và những thảm kịch phát sinh từ chiến tranh chúng ta cần nhớ. Nhớ như nhớ một vết thương, dù đã thành sẹo, cảm giác đau đớn vẫn tồn tại trong tâm não ta mỗi lần hồi tưởng".

Đừng Theo Dông Bão tiếp nối trong sự nghiệp văn chương, Khánh Trường đưa người đọc đến với một cuộc chiến khác: cuộc chiến sinh mệnh, của sinh bệnh lão tử, cuộc chiến làm người. Tác giả ghi văn bản sáng tác là "tiểu thuyết" và không dài dòng con chữ, nhưng đọc xong, sẽ thấy như anh dùng thể loại này để gửi gấm nhiều tâm sự, qua câu chuyện của một họa sĩ trốn chạy khỏi "vũng lầy nhớ tưởng" bóng người xưa và thời gian đã mất (Thục, đã "như chất ma túy"). Uyên đến với người họa sĩ ban đầu là cháu, rồi thành vợ "*cháu bị thôi miên bởi hình ảnh chú vờn cọ sơn trước khung bố, hình ảnh ấy đã tồn tại trong tim cháu, không chỉ bây giờ mà chắc chắn mãi về sau. Cháu dám quả quyết thế. Tóm lại, cháu yêu chú, không do "trung gian" hay "cái cớ" gì đó như chú nói cả*". Chàng lại trốn chạy tình yêu của Uyên nhưng định mệnh đã đưa họ đến và ở lại với nhau. Và An, Định, hai con trẻ sẽ đến làm tròn đầy hạnh phúc cho hai người. Chàng đã dồn đẩy lùi quá khứ vào quên lãng, dựng một cuộc sống mới, và đóng một vai trò nào đó một cách lâu dài.

Rồi cũng định mệnh khiến người họa sĩ bị hơn một lần tai biến: "*Bất khiển dụng gần toàn phần, chỉ còn hai tay hoạt động được khoảng 30% theo đánh giá của bác sĩ trực tiếp điều trị cho tôi. Một họa sĩ không còn đôi tay. Đau khổ nào hơn?*".

Rồi ung thư, nhưng chàng không buông xuôi, vẫn vẽ, theo hoàn cảnh mới "*Để tự khích lệ, động viên, tôi nghĩ đến mặt tích cực của cuộc đời. Biểu hiện cho mặt tích cực đó, trong hội họa, là những màu sáng, nhẹ nhàng, tươi mát. Tránh những màu tối, u ám, nóng bức. Và đường nét tạo hình chỉ là các thể khối giản dị đứng cạnh nhau, nương đỡ nhau làm thành một tổng thể gắn bó. Tôi muốn qua thể hiện này người xem sẽ cảm được ước mơ tôi, ước mơ phục sinh từ tro than thảm kịch*". Một bộ tranh mới – chủ đề "Phục sinh", được hoàn thành. Ung thư cũng ra đi nhưng không ngờ trở lại, lần này xem như vô phương: "*Trước lúc rơi vào hư vô, tôi cố với tay lên, cầm bàn tay Uyên, câu nói mang tính tiên tri đầy tư tin của Uyên buổi mới quen nhau: sẽ có một ngày chú thú thực, "chú yêu cháu." nẩy ra trong tri giác đã bắt đầu nhập nhòa trắng xóa, tôi thu hết tàn lực, thều thào, "ANH YÊU EM!"*.

Con chữ, cách kể chuyện *Đừng Theo Dông Bão* như là một thứ văn không yên ổn của một con người bị bứng ra khỏi đam mê nghệ thuật, khỏi "*thế giới màu sắc, cọ sơn, khung bố*" nghĩa là phải sống cuộc đời thực tế, phải chọn lựa - "*chọn lựa nào không mất mát?*" và cuối cùng phải rời bỏ thế giới hạnh phúc đang hình thành để chấp nhận chuyển qua thế giới khác.

Khánh Trường qua Đừng Theo Dông Bão viết như một thứ trực giác, cảm nghiệm cá nhân và như một tự nguyện dừng chân, một thẩm thấu. Và như một hồi cuối, sau một loạt 6 tiểu thuyết liên tục trong hai năm, sáng tác như thôi thúc, diễn trình cái tâm lý chôn kín và trình với người đọc như đang xảy ra và tại sao, nhưng tôi tin anh vẫn chưa hết tâm sự và điều muốn nhắn gửi.

Nguyễn Vy Khanh
Toronto, 1-5-2021

tranh lê hải triều

KHANH TRƯỜNG

ĐỪNG THEO DÔNG BÃO

TIỂU THUYẾT

MỞ NGUỒN

ĐỪNG THEO DÔNG BÃO

Tiểu thuyết Khánh Trường

*

Vẫn thói quen khó bỏ,

Tôi đọc thơ bè bạn, và thường nổi hứng muốn viết truyện khi bắt gặp một vài chữ gợi ý.

Tôi sẽ dùng những chữ này làm nhan đề cho cuốn truyện sẽ viết.

Bây giờ cũng thế.

ra đi.gửi gió đôi lời
đừng theo dông bão khóc người hồ nghi
nhìn xem.biển cả xanh rì
núi rừng lẫm liệt.lâm nguy từng giờ!

- Huy Tưởng -

*

Lê Hải Triều

CHƯƠNG I

Thục hỏi tôi,

"Anh tin nhân quả không?"

"Tin, đó là qui luật, gieo lúa sẽ gặt lúa, đơn giản mà."

Thục nhìn ra ngoài, bầu trời thấp đầy mây xám, mặt biển gần bờ gợn nhẹ sóng lấp lánh trong nắng tàn, có vẻ như Thục đang dõi theo một giải mây vắt ngang, chầm chậm thay đổi hình dáng và sắp tan nhòa vào màu xám loang rộng, gần như chiếm lĩnh cả không gian bao la.

Một lúc lâu Thục quay lại nhìn tôi, giọng đều,

"Không phải ngẫu nhiên chúng ta đến với nhau. Em tin hai ta từng nợ nần nhau ở một kiếp nào đó, nên mới có sự kết hợp như đã. Năm năm, khá dài. Những tưởng sẽ như vậy đến ngày một trong hai đứa lìa bỏ trần gian. Nhưng sự cố đã xảy ra. Em sẽ không nói đến phải trái ở đây, chỉ thấy rõ ràng chúng ta không tiếp tục được nữa. Nghĩa nào đó, duyên nợ giữa chúng ta đã hết, mình chia tay thôi."

Tôi hoảng hốt,

"Chia tay? Em đùa à?"

Thục lặp lại,

"Mình chia tay thôi."

Tôi thốt lớn,

"Không."

Thục nhìn tôi nhẹ lắc đầu,

"Em muốn bình an."

Tôi nói, giọng nghẹn,

"Anh yêu em."

"Em biết."

Dừng một chút Thục tiếp,

"Và tin, nhưng em đã nghĩ kỹ, mình chia tay thôi. Em cần sự bình an"

"Em hết yêu anh rồi sao?"

Thục im lặng không trả lời. Tôi ngồi xuống chiếc ghế bên cạnh cửa sổ, gió từ biển thổi vào mát lạnh, một con vạc rời tán lá của cây lớn đầu hè bay cao, đôi cánh sải rộng đập nhẹ nhàng, con vạc gần như mất hút trong màu chiều đã bắt đầu nhá nhem. Nắng tắt, những con sóng nhỏ lấp lánh trên mặt biển gần bờ đã không còn. Nước sẫm màu.

Năm năm qua chúng tôi quan hệ mật thiết như tay chân. Nay Thục quyết định chấm hết. Đột ngột nhưng quyết liệt. Tôi bàng hoàng đối diện tình huống quá bất ngờ. Nhất thời tôi nghĩ chỉ là trò giận hờn như bao nhiêu lần khác trong dĩ vãng. Nhưng nhìn thái độ Thục, tôi dần nhận ra đó là sự thực. Một sự thực đau lòng.

Mưa khởi sự lắc rắc. Những vệt sáng cuối cùng cũng lặn chìm vào bầu trời mù tối. Ngày vừa chuyển sang đêm. Mùa này ngày như ngắn lại, mới sáu giờ chiều mặt trời đã xuống sâu, những cao ốc đã sáng đèn. Tôi hiểu không cứu vãn được nữa rồi. Cố trấn tĩnh, tôi đứng dậy lại gần, cầm hai bàn tay Thục bóp nhẹ, thở dài,

"Anh không lạ tính em, đã quyết, khó thay đổi. Thôi thì đành vậy! Anh chúc em tìm thấy bình an và vui như em hằng mong."

Thục nói, vẻ phân bua,

"Thông cảm cho em."

Tôi rời khỏi phòng ra bãi đậu xe. Mưa lất phất chưa đủ ướt áo. Tôi mở cửa vào ngồi thừ một lúc lâu trước vòng lái. Cảm nhận hai mắt cay xè, tôi nuốt cơn khóc chực trào ra. Phải can đảm đối diện sự thực, tôi nhủ thầm. Mở máy, tôi cho xe rời *parking*, chạy chậm về hướng trung tâm thị trấn. Đường phố tấp nập, nhịp sinh hoạt vẫn năng động như mọi ngày. Tôi ghé vào nhà hàng quen mua một phần cơm *to go* rồi chạy thẳng về nhà.

Căn chung cư trên lầu hai, hành lang rộng, lan can bằng sắt ống nhìn xuống bãi đậu xe, những vạch sơn trắng phân chia thành từng ô nổi rõ dưới ánh sáng của bốn trụ đèn bốn góc sân. Tôi mở cửa bước vào phòng, đặt phần cơm trên bàn và gieo mình xuống giường, ngửa mặt nhìn trần nhà. Chia tay thực rồi. Từ nay trên chiếc giường này sẽ không bao giờ nữa còn dịp đón thân thể Thục nõn nà bước ra từ *restroom*, vắt chiếc khăn lông trên thành ghế, ngã người xuống mặt nệm, hướng đôi mắt ướt về phía tôi, giang hai tay, "cưng yêu, lại đây với em." Tôi nhìn hai gò ngực cao, bụng phẳng, rốn sâu, đồi cấm nở nang… Tôi ngồi bật dậy. Không được. Tôi sẽ chết chìm trong vũng lầy nhớ tưởng mất thôi. Thục đã quyết, cũng có nghĩa năm năm mặn nồng giờ đây đối với Thục không giá trị hơn con số không! Và tôi nữa, tôi cũng chỉ là con số không! Chẳng thể biến mình thành đơn vị vô giá trị trong quyết định của Thục. Phải thoát ra. Nhưng bằng cách nào? Vùng đất này lưu giữ quá nhiều kỷ niệm. Mỗi con đường, mỗi góc phố, mỗi quán sá đều gợi nhớ. Nếu còn ở đây, còn nhìn thấy những chứng tích, làm sao quên được? Vậy thì trước tiên phải thay đổi môi trường. Nghĩa là tôi phải đến một nơi khác. Đến đâu? Chợt nhớ thành phố cũ. Ừ nhỉ, sao không về lại nơi ấy?

Tôi lê chân tới bàn, kéo phần cơm lại gần, ăn vội cho xong. Nghỉ một lát, đi tắm, thay bộ đồ sạch, bấm điện thoại gọi công ty lữ hành Z. Chuông reo rất lâu vẫn không có người nhấc máy, chợt nhớ đã tối từ lâu, nhân viên đã về. Tôi thầm nhủ, mình lẩm cẩm thực.

Sáng hôm sau tôi lại gọi, đặt mua tấm vé một chiều đến thành phố Y. Nơi ba mươi năm trước tôi đã nội trú, học hành và tốt nghiệp. Vùng đất ấy khá quen thuộc, tôi tin sẽ không khó tìm ra công ăn việc làm.

Suốt ba ngày chờ lên đường tôi loay hoay chả làm gì ra hồn, và không đêm nào tôi ngủ thẳng giấc, hình ảnh Thục đến, đi chập chờn. Tôi nhớ Thục, nhớ vô số kỷ niệm đã có với nhau, nhớ những lời thề mãi mãi bên nhau, chẳng những kiếp này mà sẽ kiếp sau, kiếp sau nữa! Nhớ những cuộc điện thoại giữa đêm khuya tưởng chừng không bao giờ dứt. Nhớ những môi hôn, những ân ái đắm say… Tôi nhớ quay quắt, hơn một lần tôi vùng dậy, chực ra xe chạy đến nhà Thục, quì dưới chân người tình, van xin hãy cùng tôi nối lại quan hệ. Cũng may, tôi còn đủ tỉnh táo hiểu, ly nước đã đổ, cách chi hốt lại? Đêm cuối tôi rời giường khi bóng tối còn làm chủ. Pha ly cà phê ra đứng ngoài hành lang, tì tay trên lan can, vừa nhấm nháp chất nước đắng vừa nhìn xuống khu *parking* san sát những chiếc xe đủ màu, đủ loại. Bốn ngọn đèn lớn bốn góc sân vẫn còn sáng. Chủ nhân các phương tiện di chuyển này hẳn đã dậy, đã làm vệ sinh và điểm tâm, chuẩn bị rời nhà đến sở làm.

Chỉ vài giờ nữa tôi sẽ xa nơi này, xa Thục và bao quan hệ

gắn bó. Người nữ này như chất ma túy, vẫn biết chả còn gì nữa, vậy mà lòng tôi, tim óc tôi vẫn không ngừng hướng về. Tất cả đã thuộc dĩ vãng. Mọi đổi thay nhanh đến chóng mặt. Đã sống nhiều, đã nghe, đã biết và đã tận mắt chứng kiến bao tang hải, thế nhưng tôi không thể không choáng váng trước biến cố này. Tôi xót xa nghĩ, từ bao giờ đến bây giờ, và chắc chắn mãi mãi trong tương lai, khi yêu nhau người ta không tiếc lời thề nguyền, nhưng đến một lúc nào đó, đổ vỡ, những lời keo sơn xưa nhanh chóng bốc hơi. Dù xót xa tôi vẫn phải chấp nhận sự thực. Cuộc đời tuyệt đối không có gì thường hằng. Tình yêu cũng vậy. Có thành tựu tất sẽ có đổ vỡ. Nhớ lời một ca khúc của Vũ Thành An, *"Có biết đâu niềm vui / đã nằm trong thiên tai."*

Uống cạn ly cà phê, tôi vào kiểm soát lại hành lý đã thu vén tối qua. Chả có gì, quần áo, những vật dụng lỉnh kỉnh chất đầy ba thùng giấy.

Ngày rồi cũng lên, nắng mai như lụa mỏng phủ kín một phần *parking*. Tôi lần lượt bê các thùng giấy xuống xe. Ba hôm trước tôi đã mua vé xe đò, nhưng hôm nay chợt nghĩ, đến thành phố cũ không có xe lấy gì di chuyển, chưa tính đến chuyện chiếc xe tôi đang làm chủ giao lại cho ai? Nên tôi hồi vé, quyết định một mình một… xe vượt trên ngàn dặm. Tuy mệt nhưng là một hình thức giang hồ vặt, cũng thú.

Tôi lên khóa cửa, đến văn phòng trả chìa khóa nhà, bắt tay giã từ gã *manager*. Tôi nhìn khu chung cư đã sống bao nhiêu năm, quen thuộc từng lùm cây, từng khóm hoa, từng vết nứt trên bờ tường rào… Lòng tôi nao nao, tự hỏi, có chăng ngày tái ngộ? Trong thẳm sâu tâm hồn, tôi vẫn mong sẽ có ngày trở lại. Để làm gì? Tất nhiên với hy vọng mong manh cùng Thục chắp nối duyên xưa. Tôi bật cười, mình lẩn thẩn thực.

Tôi ra xe bắt đầu cuộc hành trình. Chiếc xe rời đường lớn vào xa lộ. Tôi nhìn đồng hồ, 10AM. Nếu không trở ngại tôi sẽ đến thành phố Y 11PM ngày hôm sau. Đã qua giờ cao điểm, xa lộ tương đối thoáng. Tôi tăng tốc, chiếc xe lướt êm về hướng tôi định đến.

Hơn 24 tiếng, ngủ vật vã vài tiếng trong xe, ăn qua quít thức ăn nhanh ở các trạm xăng, như dự đoán, tôi vào địa phận Y hơn 12PM. Tôi tìm thuê một phòng trong *motel* nằm ngay trung tâm, gần các hàng quán. Thành phố này về khuya khá vắng lặng. Bụng đói và biết đêm nay sẽ trằn trọc, tôi muốn uống một cốc rượu mạnh, hy vọng chất men sẽ giúp tôi ngủ được. Nhớ khu phố đêm nằm ở phía Nam, song song với bờ sông, tôi xuống lấy xe chạy đến. Nơi này hoạt động 24/24. Những *bar* rượu san sát xập xình tiếng nhạc, những chuỗi đèn màu chớp sáng, những cặp trai gái dìu nhau, hôn nhau trên vỉa hè, góc phố tối. Đèn đường vàng nhập nhòa trong sương khuya. Tôi xuống xe băng ngang *parking*. Gió từ sông thổi liên tục, những chiếc lá khô đuổi nhau trên mặt lộ rộng. Lạnh. Tôi vào một quán ăn nhỏ, gọi đĩa mì xào lưỡi bò, sà lách trộn và một cốc rượu mạnh. Chỗ tôi ngồi sát khung kính lớn nhìn ra dòng sông đen. Bờ bên kia, những cao ốc vươn trên bầu trời đêm nhiều sao. Khung cảnh đẹp nhưng buồn. Cô tiếp viên tóc vấn cao, cặp kiếng cận sáng lấp lánh trên sống mũi thẳng đến bên tôi, tươi cười,

"Do you have a good meal?"

"Delicious, thank you."

Nhìn cô tiếp viên bước sang bàn khác, ngực cao, mông lớn, đôi chân dài. Tuy chả có tí liên hệ nhưng không hiểu tại sao tôi bỗng lại nhớ Thục. Tôi cố tình kéo dài bữa ăn cũng như liên tục gọi thêm rượu. Tôi uống khá nhiều. Trong hơi men chếnh choáng, hình ảnh Thục càng lúc càng đầy ngập đầu óc. Tôi nói với Thục, "Anh nhớ em." Thục cười, "Thật không?" "Còn hỏi, em biết mà." Thục chồm qua, ngước mặt nhìn tôi âu yếm, "Hôn em đi." Tôi hôn. Môi Thục mềm, ngọt, thoang thoảng mùi thơm son *Innisfree*. Tôi ôm chặt tấm thân đã bao lần nằm gọn trong lòng những đêm gây lạnh tiết xuân phân, những tối cả hai cùng say khướt trong quán rượu vùng ngoại ô trở về. Thục cười khúc khích, "Buông em ra, muốn nghẹt thở." Tôi nới lỏng vòng tay, Thục bỗng như làn khói mỏng, tan nhòa, mất biến. Tôi lắc mạnh đầu. Không được, chẳng thể thế này mãi, phải mạnh mẽ lên, phải là tôi của nhiều năm trước, những năm tóc còn xanh, sức sống còn no căng buồng ngực, tôi nhớ câu văn của người bạn già nay đã thành người thiên cổ, *"Nếu ta nằm xuống, cuộc đời là trái núi, hãy đứng dậy mà xem, cuộc đời sẽ quì dưới chân ta."* (Mai Thảo). Tôi phải đứng dậy. Chứ sao, cuộc đời sẽ quì dưới chân ta. Đời tôi từng kinh qua bao nhiêu thăng trầm, sá gì một cuộc tình. Tôi biết sẽ còn rất lâu, có thể không bao giờ, cho đến ngày về với hư vô, tôi mới quên được Thục. Nhưng bên cạnh Thục tôi còn đời sống tôi với bao lo toan, bao dự phóng, bao điều định làm, phải làm. Tôi chưa chết, cũng có nghĩa tôi phải tiếp tục tồn tại trên cõi đời này, và phấn đấu để sở hữu một tương lai như mong muốn.

Tôi gọi tính tiền, rời quán. Ngày mai tôi sẽ tới gặp người bạn cũ, nhờ tìm một chỗ cư trú và đi xin việc làm, ổn định lại cuộc sống.

*

Sáu tháng trôi qua. Tôi đã yên ổn mọi mặt. Một chỗ trọ tốt, một công việc phù hợp khả năng, vài người bạn. Duy quan hệ nam nữ thì không, dù Toàn hơn một lần giới thiệu cho tôi vài nhan sắc. Tôi chưa muốn du thân vào cuộc tình mới. Chả phải tôi thủy chung với Thục, song chưa thấy hứng thú. Thỉnh thoảng do nhu cầu sinh lý, tôi thường ghé khu Á Châu, mua thân xác của một cô gái, thường là người Đại Hàn (dịu dàng, nhưng mạnh mẽ… khi cần. Tôi thích). Ăn bánh trả tiền, không tình cảm, chả vương vấn.

Cuối tuần vừa rồi Nguyệt, vợ Toàn, nói với tôi,

"Ông già rồi đấy, cứ lêu bêu mãi, phải lấy vợ chứ".

Tôi cười,

"Lấy vợ, cha già con mọn, Nguyệt không thấy tội nghiệp tôi sao?"

"Chứ chả lẽ rồi sẽ chết già trong *nursing home?"*

"Thì đã sao?"

Tôi nói từng viếng các *nursing home*. Đâu đến nỗi gì, phòng ốc có hệ thống điều hòa không khí, mát mẻ mùa hè, ấm áp mùa đông. Sinh hoạt hàng ngày được phục vụ chu đáo; Y tá săn sóc 24/24; Thuốc men đưa đến tận giường; Ngày ba bữa đầy đủ dinh dưỡng; Tuần 3 lần được các trợ y đưa đi tắm. Thứ bảy và chủ nhật có các đoàn thể thiện nguyện gồm các ca sĩ, nghệ sĩ vào ca hát giúp vui và hỏi han, khích lệ; Quần áo mền ra sạch sẽ, giặt, thay hàng ngày. Sướng như… vua!

Nguyệt nhún vai,

"Vậy tại sao, theo điều tra, người già bị ném vào đó đều chết sớm hơn những người ở với gia đình?"

Tôi lúng túng chống chế,

"Ờ… Bọn làm thống kê, điều tra chúa vẽ rắn thêm chân!"

Thực sự tôi thừa biết mọi chuyện không như tôi cường điệu. Bệnh nhân chết hàng ngày; Người còn sống bị bệnh hành hạ, hấp hối, rên la triền miên; Buổi sáng trợ y đến từng giường thay tã, những tã bẩn cứt đái chèm nhẹp được ném vào thùng rác để trước cửa, hôi thối muốn ngạt thở; Không gian lúc nào cũng nồng nặc mùi tử khí, chưa kể các trợ y vì áp lực công việc đã trút bực dọc lên đầu các ông già bà cả chân run mắt mờ bằng những hành động tồi tệ, ví dụ đưa đi tắm thì qua quít cho xong, xà phòng bám đầy người cũng mặc kệ, còn bao nhiêu người đang chờ! Trong môi trường như thế, làm sao tinh thần không suy sụp, sức khỏe không xuống dốc, dẫn đến cái chết nhanh. Tôi hiểu chứ, tôi cũng muốn có một mái ấm, một người vợ, những đứa con, nhưng để có được hạnh phúc ấy còn tùy thuộc nhiều điều kiện nữa. Tôi thiếu mọi điền kiện, nên gồng mình… làm phách, ra vẻ ta đây!

Cuối tuần tháng trước tôi và Toàn đến nhà một người bạn dự tiệc mừng sinh nhật cô con gái thứ hai của vợ chồng gia chủ.

Như tôi, Toàn ghiền thuốc lá, có lúc lên cơn thèm, Toàn rủ tôi ra *patio* nhả khói. Đêm gây lạnh, chúng tôi đứng dưới mái che, nhìn ra khu vườn nhỏ, ánh đèn sáng phủ trên những khóm hồng nở đầy hoa trắng. Khu vườn tuy nhỏ nhưng tràn ngập nhiều loài hoa tươi tốt, lối đi quanh co xanh màu cỏ, được lót nhiều tấm "đanh" *ciment* trắng rải sỏi nâu. Góc vườn, chiếc xích đu thòng xuống từ cành lớn của cây thông cổ thụ. Hẳn mảnh vườn này đã được chủ nhân tốn nhiều thời gian chăm sóc.

Toàn hỏi tôi,

"Ông ở đây bao lâu rồi nhỉ?"

"Sáu tháng."

"Nhanh quá!"

"Nhanh thực, hồi còn trẻ, thấy thời gian trôi qua quá chậm, bây giờ lại thấy quá nhanh, mới thứ hai, loay hoay đã cuối tuần. Ngày nào sinh lực còn đầy, thoáng chốc tóc đã muối tiêu, chẳng bao lâu nữa sẽ về với đất, hết một kiếp đời."

Toàn rít dài một hơi thuốc, ngửa mặt thổi khói, rồi đưa tay vỗ vai tôi,

"Ông có vẻ yếm thế, có phải ông đang có tâm sự?"

Tôi không trả lời. Đã nửa năm tôi vẫn chưa thể quên được Thục. Khuôn mặt, vóc dáng, nụ cười, ánh mắt, nhất nhất đều gợi khơi trong tôi nỗi nhớ niềm thương. Nhưng tôi biết sẽ không bao giờ nữa trở lại như xưa, điều này làm lòng tôi quặn đau mỗi lần nghĩ đến.

Lý trí và tình cảm, hai xung lực luôn tồn tại trong tâm hồn, khiến tôi trở nên bi quan, yếm thế như nhận xét của Toàn. Tôi không trả lời Toàn, giản dị, vì tình thân giữa chúng tôi chưa đủ lớn để tôi thoải mái phơi trải lòng mình. Ngày xưa, chúng tôi cùng học một khóa, biết nhau, quen nhau, nhưng chỉ giới hạn ở mức giao tế. Ra trường, Toàn có *job* ngay tại địa phương, tôi về C. Từ ngày ấy chúng tôi mỗi người một ngả. Mấy mươi năm, chỉ mới gặp lại khi tôi trở lại thành phố này.

Cô bé, con người bạn, từ trong bước ra. Thấy chúng tôi cô đi nhanh lại, giọng như reo,

"Ba cháu không thấy hai chú đâu, hỏi, cháu cũng không biết, thì ra hai chú ở ngoài này."

Toàn vui vẻ,

"Hai chú ra nhả tí khói."

Cô bé đẹp, cái đẹp mạnh khỏe, tinh khiết của một đóa hoa vừa mãn khai. Làn da trắng mịn, đôi mắt sáng, sóng mũi thẳng, vòng môi tươi nhuận, ngực cao vừa phải, eo thon, mái tóc dài phủ lưng, vóc người đầy đặn, cân đối, chiếc váy ngắn phơi đôi chân dài. Nhìn cô bé, tôi không khỏi chạnh lòng, nghĩ đến tuổi tác của mình, nếu có vợ, con tôi cũng cùng trang lứa với cô bé. Tôi chợt nhớ lời của Nguyệt, "Ông già rồi đó, cứ lêu bêu mãi, phải lấy vợ chứ." Tôi đã già thực rồi sao?

Cô bé liếng thoắng,

"Hai chú hút xong chưa, vào, đến mục khiêu vũ rồi đó."

Tôi cười,

"Chú chẳng có đào, nhảy với ai!"

Cô bé vui vẻ,

"Với cháu."

"Được đấy, nhưng mà chú nhảy quá tệ, sẽ đạp chân cháu lia chia."

"Cháu không tin chú nhảy tệ, thôi, mình vào."

Nói xong cô bé quay người bước nhanh, chúng tôi theo sau. Phòng khách rộng hẳn.

Bàn bày thức ăn, nước uống đã dẹp sát tường. Đèn được tắt bớt, tiếng nhạc nhẹ, lướt thướt. Vài cặp dìu nhau ra sàn gỗ. Cô bé quay về phía tôi,

"Chú với cháu."

Và tự nhiên quàng tay tôi kéo ra giữa phòng. Cô bé nhảy tốt, nhẹ nhàng, uyển chuyển.

Tôi hỏi,

"Cháu năng khiêu vũ lắm phải không?"

"Dạ, tuần nào bạn cháu cũng mở *party*, hết đứa này đến đứa khác."

"Thích nhỉ."

"Bọn cháu còn trẻ mà."

"Cháu làm chú nhớ thuở xưa."

"Ai cũng có một thời, vài mươi năm nữa cháu nào khác gì chú bây giờ."

"Chắc lúc ấy chú đã thành đất, không được dịp nhìn cháu lên chức mẹ, rồi bà."

Cô bé cười thành tiếng,

"Hahaha.... Nghĩ đến ngày đó, vui nhỉ."

Chợt cô bé gọi tôi,

"Chú này."

"Gì vậy?"

"Cháu hơi tò mò, hiện chú đang làm gì, ở đâu?"

Tôi nói với cô bé công việc của mình. Cô bé hỏi,

"Ngoài ngành nghề chính, chú còn thú vui nào khác không? Cháu thấy những người đứng tuổi thường rượu chè hoặc lên *casino* kéo máy."

"Chú dở rượu chè, bài bạc càng không ham, nếu rảnh rang chú vẽ."

Cô bé reo lên,

"Chú biết vẽ?"

"Lẽ ra chú đã học vẽ thay vì học cái ngành khô khan đang giúp chú kiếm cơm."

"Hôm nào chú cho cháu xem tranh, cháu cũng mê vẽ lắm."

Tưởng chỉ là chuyện giao tế. Thế nhưng một tuần sau bất ngờ cô bé xuất hiện nơi tôi đang trú ngụ. Vừa bước qua ngưỡng cửa, cô bé đã oang oang,

"Hôm nay cháu đến xem tranh chú."

Nhìn điệu dáng phơi phới của cô bé, tôi vui, cảm thấy mình như trẻ lại.

Từ hôm ấy cô bé thường xuyên đến tôi. Cô bé yêu hội họa thực sự, thăm viếng cần mẫn các viện bảo tàng, đọc, am tường mọi trường phái và những họa sĩ tiêu biểu của các thời kỳ. Vài lần cô bé rủ tôi đi xem những cuộc triển lãm của các họa sĩ trẻ. Nhận xét sâu sắc của cô bé làm tôi ngạc nhiên. Không ngờ sau bề mặt trẻ trung nhí nhảnh kia là một tâm hồn mẫn cảm. Tôi nói với cô bé,

"Cháu phải học hội họa mới đúng."

"Ba mẹ cháu bảo học chi cái ngành nghề đó, sẽ khổ thân."

"Đứng trên cương vị của bậc làm cha làm mẹ, quan niệm ấy không sai. Bao nhiêu người thành danh khi chọn hướng đi này? Hội họa là con đường hẹp, tài năng phải xuất chúng lắm mới qua được sạn đạo này, bằng không sẽ dở dở ương ương, hỏng cả một đời. Không bậc cha mẹ nào muốn con mình sẽ như thế. Ngay chú, dù rất mê hội họa nhưng vẫn chọn ngành khác tiến thân, bởi chú hiểu năng khiếu làng nhàng như chú, vẽ chơi thì được, nhưng mong tranh đua với các thiên tài, xin lỗi, chỉ đáng ném sọt rác!"

Uyên, tên cô bé, trở nên gần gũi với tôi hơn theo thời gian. Có hôm cuối tuần Uyên ở chơi từ sáng đến chiều trong căn nhà tôi thuê được do Toàn giới thiệu ngày tôi mới đến. Căn nhà này nằm cuối mảnh vườn rộng của một doanh nhân có cửa hàng buôn bán vật liệu xây dựng trong khu vực thương mại của thành phố. Căn nhà phụ hoàn toàn biệt lập với nhà chính, cũng đầy đủ mọi tiện nghi, chỉ nhỏ thôi, rất phù hợp với những người độc thân như tôi. Uyên ngồi xem tôi vẽ, đến bữa vào bếp trổ tài nội trợ. Tôi vừa ăn vừa nghe Uyên nhận xét, phê phán, góp ý bức tranh tôi đang vẽ, cảm thấy thật thích thú.

Một hôm, cũng cuối tuần, tôi đi dự một *party*, khi vãn tiệc, tôi ra *parking* lấy xe, bất ngờ mưa xối xuống, không chạy kịp vào nơi trú, tôi ướt mèm. Sau trận dầm mưa tôi bị cảm lạnh, sốt, chân tay rã rời, rét run. Trưa, bụng đói, muốn lấy xe ra phố nhưng đi không nổi, đành nằm bẹp dí chịu trận. Uyên đến. Cô bé nhanh nhẹn vào bếp bật nồi cơm điện nấu cháo, rồi vù ra xe xuống chợ mua lạng thịt bò xay cùng gia vị, hành ngò. Không quên ghé tiệm thuốc tây mua hộp thuốc cảm lạnh. Với sự săn sóc tận tình của Uyên, đến chập tối bệnh bị đẩy lui gần toàn phần. Uyên ngồi xuống mép giường, đặt bàn tay lên trán tôi,

"Chú khỏe chưa?"

"Khá lắm rồi. Cảm ơn cháu."

Từ dưới nhìn lên, nắng chiều đưa ánh sáng ngoài cửa sổ tràn vào, phủ trên mái tóc dài rủ xuống che một phần khuôn mặt trắng mịn ửng hồng, lung linh hư thực. Tôi buột miệng,

"Cháu đẹp quá!"

Uyên cười mỉm, nhỏ giọng hỏi,

"Chú nói thật chứ?"

"Thật, cháu đẹp thật."

Bất ngờ Uyển ngã người vùi mặt vào ngực tôi, mùi hương con gái đầy ngập khứu giác.

Uyên nói nhỏ, giọng như gió thoảng,

"Chú, cháu yêu chú."

Tôi bàng hoàng. Sự việc xảy ra bất ngờ quá. Lúng túng không biết phải phản ứng thế nào, tôi ấp úng,

"Cháu…"

Uyên không rời mặt khỏi ngực tôi, lặp lại câu nói vừa rồi,

"Cháu yêu chú."

Tôi cố trấn tỉnh, nằm yên lúc lâu, rồi một cách vô thức, vòng tay tôi chậm, nhẹ, ôm quanh người cô bé,

"Uyên…."

"Dạ."

"Cháu nghĩ kỹ chưa khi nói điều này?"

"Cháu không bốc đồng đâu, từ lúc nhìn chú ngồi trước khung bố với cây cọ vờn múa những vệt màu, cháu như bị thôi miên, biết sớm muộn gì cũng sẽ ngã vào vòng tay chú."

Uyên cười nhỏ, tiếp,

"Nghe có vẻ tiểu thuyết diễm tình, nhưng đó là sự thực, cháu đọc sách, hiểu rằng giữa người nam và người nữ luôn có những luồng điện cùng tần số, gặp, sẽ hút vào nhau. Đó là duyên nợ, theo tín ngưỡng dân gian."

Uyên trườn lên, nhìn sâu vào mắt tôi, đều giọng,

"Cháu biết chú đang nghĩ đến khoảng cách tuổi tác giữa chúng ta cũng như giao tình giữa chú và ba mẹ cháu. Cháu đã qua tuổi trưởng thành, cũng có nghĩa cháu hoàn toàn chịu tránh nhiệm mọi hành vi của mình. Cháu yêu chú, hành động theo mách bảo của trái tim, không trở lực nào ảnh hưởng, tác động, làm lệch hướng suy nghĩ của cháu được."

Dứt lời, Uyên cúi thấp, áp môi lên môi tôi, nói qua hơi thở,

"Hôn cháu đi."

Tôi lúng túng vì sự bạo dạn của Uyên, có lẽ cô bé sinh và trưởng thành trên đất nước này, hấp thụ phong tục bản địa, suy nghĩ, hành sử khác hẳn với lớp người như tôi, chào đời và lớn lên trong cái nôi của văn hóa Á Đông. Vả lại, từ trước đến nay tôi chưa từng nghĩ sẽ có lúc xảy ra tình huống này. Trong suy nghĩ tôi cô bé chỉ là đứa cháu gái năng động, mê hội họa, là người bạn vong niên dễ thương. Vậy thôi. Hơn thế, Thục vẫn đậm nét, đầy ứ trong tim tôi, trong lòng tôi, không còn chỗ cho bóng hình nào khác. Tôi nâng khuôn mặt Uyên lên, nhìn sâu vào đôi mắt long lanh sáng,

"Uyên à, nghe chú nói đây, cháu yêu chú hay yêu hội họa qua chú. Nói khác hơn, chú đồ rằng chú chỉ là cái cớ để cháu biểu tỏ niềm đam mê của mình?"

Uyên ngồi dậy, im lặng một lúc lâu rồi cúi đầu nói nhỏ,

"Cháu biết chuyện này quả là bất ngờ với chú, nhưng với

cháu thì không. Như đã nói, cháu bị thôi miên bởi hình ảnh chú vờn cọ sơn trước khung bố, hình ảnh ấy đã tồn tại trong tim cháu, không chỉ bây giờ mà chắc chắn mãi về sau. Cháu dám quả quyết thế. Tóm lại, cháu yêu chú, không do "trung gian" hay "cái cớ" gì đó như chú nói cả."

Dừng một chút, Uyên tiếp tục,

"Cháu đủ tự tin để nghĩ, nhất định sẽ có lúc chú thay đổi định kiến."

Đêm đã xuống, bóng tối nhá nhem loang đầy căn phòng, Uyên đứng dậy đến mở điện, ánh sáng bừng lên.

Tôi nói,

"Tối lắm rồi đó, cháu về đi, kẻo nhà lo."

Uyên cười thành tiếng,

"Hahaha... Cháu đã mười chín rồi đấy, đâu còn nhỏ nhít gì."

Và hỏi tôi,

"Chú đói chưa, cháu lấy cháo chú ăn?"

"Cảm ơn cháu, lát nữa, chú tự lo được."

Uyên với lấy chiếc giỏ đeo vai trên bàn rồi bước đến cạnh giường, cúi hôn nhanh lên môi tôi,

"Cháu về, mai mốt rảnh cháu đến, lát nữa trước khi ăn cháo chú nhớ uống thêm hai viên thuốc rồi đi ngủ sớm."

Cô bé bước ra lề đường lên xe rời chỗ đậu.

Uyên không thoa son môi, chỉ dùng sáp *vaseline*, mùi thơm thoang thoảng. Tôi nhớ màu son *Innisfree* của Thục.

Uyên về rồi, căn nhà trở lại vắng lạnh.

Tôi nhìn qua cửa sổ, mưa nặng hạt, những sợi mưa bắt ánh

sáng đèn đường lấp lánh rơi nghiêng. Sân *ciment* nhà đối diện bên kia lộ nước mấp mé sắp ngập. Vùng này trũng, hệ thống cống rãnh lại thiết kế từ quá lâu, không còn phù hợp với mật độ dân cư hiện tại nên thường ngập nếu mưa lớn và dài. Tôi đói song lười rời khỏi giường, nghĩ phải múc cháo ra chén, hâm nóng, ngồi ăn một mình, tôi ngán ngẩm, nhủ thầm, nằm thêm chút nữa. Mưa vẫn mịt mù, thỉnh thoảng một chiếc xe ngang qua, nước văng tung tóe. C mưa ít và không dai dẳng như vùng này. Từng trải qua 20 mùa đông ở nơi ấy, tôi chưa bao giờ chứng kiến cảnh ngập lụt, cùng lắm nước cũng chỉ mấp mé lề đường nhưng nhanh chóng rút ngay khi mưa tạnh. Nói đến chuyện lụt lội tôi nhớ cảnh mênh mông nước bạc dâng cao tận mái nhà tại quê hương, qua những phóng sự bằng hình mới đây tôi đã xem. Sao mà lầm than! Năm nào cũng bão lụt, cái đói, nghèo, cơ cực gắn liền bất khả phân ly với mỗi phận đời. Tôi nhớ cảnh người đàn ông quì lạy giữa đất trời mù mịt mưa bão và bốn bề nước dâng, cầu xin trời Phật trả lại người vợ trẻ ông ta đưa đi sinh đã bị nước lũ cuốn mất xác cùng cái bào thai chưa kịp khai sinh. Nỗi đau của người đàn ông này làm sao đo được? Tôi nhớ những năm chiến tranh, bao cái chết, bao thảm kịch, bao đau thương mất mát, những đày đọa thân xác trong ngục thất, trong các phòng khảo tra… Rồi nghĩ đến nỗi đau mất Thục, quả thực chỉ như vết sước cạo râu so với vết thương banh thịt, tóe máu do đòn thù, do súng đạn thời chiến, do tai trời ách đất. Không biết giờ này Thục đang làm gì? Nhẩm tính sự chênh lệch của múi giờ, dễ chừng đã hai giờ sáng, tôi đoán Thục đang ngủ. Để rồi lẩn thẩn tự hỏi, liệu trong chiêm bao, hình bóng tôi có hiện diện? Câu hỏi thậm vô duyên, nếu có thì để làm gì cái hình bóng không thực đó khi tôi đã ra khỏi cuộc đời Thục? Đã nhường tương lai của Thục cho những bóng hình khác, rồi sẽ có? Tôi lắc mạnh đầu, quên đi, không nghĩ đến nữa. Hãy hướng suy nghĩ đến những chuyện tích cực.

Những chuyện tích cực? Có không?

Tôi nghĩ đến Uyên, tôi nghĩ đến đôi mắt long lanh sáng, sống mũi thẳng, vành môi mọng, đồi ngực nhọn, dáng cao, và nhất là tuổi đời chỉ chớm bước vào trưởng thành. Cô bé còn ba năm nữa mới ra trường, mới thực sự vào đời, mới tự đứng trên đôi chân của mình. Nghĩa nào đó cô bé còn nằm trong vòng tay bảo bọc của song thân. Tôi là bạn của họ, nếu quan hệ gữa tôi và Uyên thành hiện thực thì sẽ thế nào? Chắc chắn sẽ là tiếng sét, là cú sốc lớn cho tất cả mọi người thân sơ. Tôi biết cô bé nghiêm túc trong chuyện này. Với cá tính mạnh mẽ (tôi thấy thế) và nền văn hóa đã dưỡng nuôi từ sơ sinh đến hôm nay, cô bé sẽ mạnh dạn tiến tới, kỳ bao giờ đạt được mục đích. Và tôi, liệu có cưỡng lại nổi quyến rũ của một nhan sắc trẻ trung? Tôi biết mình rất đỗi phàm tục, mê say hưởng thụ, dễ dàng ngã vào mọi thú vui thuần vật dục.

Sở dĩ bây giờ tôi chưa nhập cuộc là vì Thục còn đầy ắp trong tâm trí tôi, song thời gian sẽ làm nhạt dần mọi nhớ tưởng, đến một lúc nào đó, khi điều kiện khách và chủ quan chín muồi, tôi sẽ thả mình xuống chiếc võng êm Uyên đã giăng sẵn.

Và rồi chuyện gì sẽ xảy ra? Tôi không biết!

Tôi ngồi dậy vào bếp múc cháo vào tô và hâm nóng bằng *microwave*. Tôi ăn nhanh. Đói, hơn nữa phải ăn để uống thuốc.

Bên ngoài mưa vẫn tầm tã, bây giờ thêm sấm sét, bầu trời liên tục lóe sáng, nổi rõ cuồn cuộn những đám mây đen. Khung cảnh dẫn tôi trở về hồi ức xưa. Buổi mới quen nhau, tôi và Thục đến khu du lịch cách nơi cư trú 300 *miles*. Chúng tôi ngụ trong một khách sạn ven biển. Đêm ấy mưa vần vũ, hiện tượng khá hiếm ở một nơi quanh năm nắng ấm. Nằm trong chăn, nhìn qua cửa sổ, chứng kiến biển đêm dậy sóng trong giông bão, thỉnh thoảng một tiếng nổ lớn kèm theo đường sáng của sét xé rách bầu trời, cảnh tượng gây cảm giác thích thú và hưng phấn. Tôi ôm tấm thân mát lạnh, rót vào tai Thục,

"Anh muốn xé em rách toang, như tiếng sét ngoài kia."

Thục cười khúc khích,

"Xé đi, thử xem."

Tôi lật Thục nằm ngửa, trườn xuống, định vục mặt vào khoảng trũng hai đồi ngực, Thục đẩy ra,

"Không cho."

Chúng tôi vật nhau như hai đô vật trong trò chơi *wrestler* trên TV, tiếng cười cùng tiếng thở hổn hển của Thục, tiếng ra nệm sột soạt. Dĩ nhiên tôi không dùng hết sức, chỉ nương đẩy để Thục có cảm tưởng cũng ngang ngửa tôi về mặt thể lực. Cuối cùng tôi chui được vào vùng thung lũng, quét lưỡi, lăn dần lên một ngọn đồi, ngậm đỉnh tròn, nút. Thục kêu khẽ,

"Nhẹ thôi, đau em."

Tôi như không nghe, nút mạnh, Thục rú lên,

"Cưng ơi… Em thua rồi…"

Tôi trườn lên. Trong tiếng sét ì ầm ngoài bầu trời không ngừng lóe sáng và gió mưa quật đập nghiêng ngả những ngọn thông cao trồng dọc bờ tường, ngăn cách khuôn viên khách sạn với bãi đá dẫn xuống bờ cát thoai thoải tiếp giáp chân sóng. Chưa lần nào tôi ân ái với Thục sôi nổi và tận cùng như lần ấy. Cả Thục nữa, cũng không ngớt rên rỉ,

"Anh ơi…"

Tàn cuộc, Thục ôm chặt tôi, hôn lên ngực, nói nhỏ,

"Em hạnh phúc."

Vậy mà bây giờ đi đến chung cuộc như đã. Tôi không biết tới khi nào mới lấy lại được quân bình. Lòng tôi, tâm tôi chả lúc nào yên. Mong muốn nối lại quan hệ xưa vẫn cháy bỏng. Nhiều đêm giật mình thức giấc, tôi gọi thành tiếng,

"Thục, anh yêu em."

Anh yêu em, chưa từng nghĩ sẽ có ngày mất em. Vậy mà ngày ấy đã xảy ra!

*

Uyên đến khi tôi đã thay xong quần áo, chuẩn bị ra xe. Cô bé nhìn tôi hỏi lớn,

"Chú đi đâu?

"À, chú định xuống *Art supply*."

"Cho cháu đi với."

Dứt lời, không đợi tôi bằng lòng, Uyên nhanh nhẹn đến đứng chờ tôi mở cửa xe,

"Mua vật liệu xong chú chưa về ngay đâu, còn dông dài cà phê cà pháo mất cả buổi sáng, cháu theo nổi không?"

Uyên nhún vai,

"Cả ngày còn được huống chi buổi sáng."

"Vậy thì đi."

Tôi cho xe rời lề đường. Các *business* chưa *open* hết, đường phố vẫn còn thưa. Uyên nói,

"May quá, cháu đến trễ chỉ một phút thôi, đã không gặp chú."

Tôi trêu,

"Biết cháu tới, chú đã đi sớm hơn một phút."

"Chú không muốn đi với cháu sao?"

"Không."

Lê Hải Triều

Uyên xoay qua nhìn tôi chu môi, ra vẻ giận dỗi,

"Vậy dừng xe lại cho cháu xuống."

Tôi cười lớn,

"Hahaha... Lỡ rồi, chỉ lần này thôi."

Uyên chồm sang ôm cánh tay tôi,

"Chú này...."

Sáng nay trông Uyên tươi mát, mái tóc nhuộm nâu cột đuôi ngựa phơi ngấn cổ cao, trắng muốt, đổ xuống vùng ngực sau lớp áo *pull* rộng cổ, thấp thoáng hai trái đồi no căng. Mốt mới của các cô gái trẻ, Uyên không mặc nịt vú, hai núm tròn vênh vểnh khiêu khích, rung rung theo nhịp chân. Tôi nhìn thẳng phía trước, chăm chú điều khiển tay lái, cố đừng nghĩ đến hình ảnh Uyên sáng nay vừa ra khỏi xe, cái hình ảnh bất cứ đàn ông nào nhìn thấy cũng không thể không xao xuyến, ngực nở, eo thon, đùi săn, chân dài, chiếc quần vải lụa ôm sát, nổi rõ vùng cấm no tròn. Uyên quyến rũ như lát dưa gang mát lạnh trưa hè.

Cửa hàng *Art Supply* hiện ra trước mắt, tôi cho xe vào *parking*. Mặt tiền cửa tiệm dát kính dán đầy *poster* quảng cáo cọ, sơn, các dụng cụ liên quan đến nghệ thuật. Chúng tôi bước vào tiệm. Uyên thoải mái quàng tay vào cánh tay tôi không khác một cặp tình nhân, mùi nước hoa thơm nhẹ quen thuộc. Hình như Thục cũng dùng loại nước hoa này, mùi thơm kín đáo, nhẹ, tạo cảm giác gần gũi. Uyên hỏi tôi màu hiệu nào tốt nhất, nghe nói của Pháp là số một. Tôi nói kỹ thuật bây giờ hiện đại, màu nước nào cũng tốt, vấn đề là tiền nào của nấy. Thừa tiền, mua loại *super*, ít tiền xài loại tầm tầm, có đủ, không thiếu loại nào. Bây giờ có cả loại sơn dầu pha và rửa co bằng nước lã, kỳ diệu chưa?

"Cháu đọc và biết có loại sơn Acrylic cũng pha và rửa cọ bằng nước."

"Chú ít xài loại này, thứ nhất, khô ngay, cần tải, nhiều lúc không kịp, nhất là tranh có kích thước lớn. Thứ hai, màu sơn không óng ả như sơn dầu, kém sang trọng và thiếu chiều sâu. Thường chú vẽ trước bằng Acrylic, sau đó vẽ lại bằng sơn dầu."

Uyên nói,

"Cháu cũng sắm một bộ, chú dạy cháu vẽ nhé."

"Ok, nếu cháu muốn."

Lựa xong số vật liệu cần, tôi đẩy chiếc xe đến quầy tính tiền, Uyên phụ tôi đưa túi sơn, thùng *Brush Cleaner* và những khung bố ra xe. Xong, tôi hỏi cô bé,

"Đi ăn sáng nhé?"

Uyên đáp,

"Tuyệt."

"Cháu muốn ăn gì?"

"Phở gà ĐK đi."

"Ok."

Tiệm phở gà nổi tiếng này đối diện công viên lớn có đường chạy bộ bao quanh, vẫn còn khá đông người đang thao tác. Đàn ông quần ngắn áo phông, đàn bà cũng thế hoặc quần thun dài, bó sát. Có người chạy một mình, có cặp vừa chạy vừa trò chuyện.

Người phục vụ mang ra hai tô phở bốc khói và đĩa rau thơm, giá trụng theo *order* của tôi. Ăn phở kiểu này chắc chắn dân Bắc kỳ chính hiệu sẽ bĩu môi, "Nhà quê". Phở Bắc chân truyền làm gì có tương đen tương đỏ và rau rác, giá trụng! Tôi mỉm cười, nhớ lại trong một cuốn sách, ông bạn già của tôi đã phiếm thế. Uyên nhanh nhẹn lặt rau bỏ vào tô của tôi, cử chỉ thân mật như người vợ đảm. Tôi nói,

"Cháu ăn đi, để chú tự lo."

"Cháu thích."

Ăn xong Uyên đòi đi uống cà phê. Bình thường tôi vẫn ngồi quán Quê Hương hóng chuyện. Nơi này tụ tập hầu hết các khuôn mặt quen của cộng đồngViệt, cà phê pha theo cách quê nhà, rất đậm. Bên tách chất đắng hoặc trà thơm, mọi chuyện trên trời dưới đất tha hồ phát tiết. Đất nước, quốc gia, cộng sản; Tham ô, quan liêu, mua quan bán tước của chế độ mới; Các bô lão ở hải ngoại gần đất xa trời, không đi làm, ăn tiền già, rảnh quá, rủ nhau lập bang, dựng hội, ra tuyên ngôn, soạn hiệu triệu… cứu nước; Con trai thằng A vừa cưới con gái thằng B, vợ chồng thằng C già sắp xuống lỗ còn vác nhau ra tòa ly dị… Nói chung, để đốt hết thì giờ buổi sáng cuối tuần, không nơi nào tuyệt vời hơn các quán cà phê loại này. Nhưng hôm nay tôi đi với cô bé đáng tuổi con, không muốn trở thành đề tài cho bọn vô công rỗi nghề, tôi đưa Uyên vào *Starbucks Coffee* khu người bản xứ.

Tôi hỏi chuyện học hành, Uyên nói cũng thường thôi, theo đà này, ba năm nữa Uyên dễ dàng tốt nghiệp. Uyên kể, nhiều con trai học chung lớp hoặc lớn hơn theo đuổi nhưng cô bé không chấm ai. "Một lũ nhi nhô, thấy chán." Uyên kết luận và nhìn tôi, mắt ướt. Tôi im lặng, ngước mặt theo dõi đôi chim tỉa lông cho nhau trên sợi dây điện chạy song song con lộ lớn ngược xuôi xe cộ.

Uyên hỏi tôi,

"Chừng nào cháu có thể học vẽ?"

Tôi nói

"Bất cứ lúc nào cháu muốn, miễn là không ảnh hưởng đến việc học chính."

Đồng thời lưu ý,

"Vẽ vời chỉ mang tính tiêu khiển, học ở trường mới quan

trọng, đó là bệ phóng của tương lai."

Uyên nói,

"Cháu hiểu chứ, cháu đủ sáng suốt để hiểu mà."

Uyên cười ỡm ờ,

"Thực ra học vẽ chỉ là phương tiện để cháu có lý do chính đáng đến chú thường xuyên."

Tôi lại im lặng, biết sẽ là đòn bẩy giúp Uyên triển khai điều muốn nói nếu tôi trả lời.

Chúng tôi rời *Starbucks*, về đến nhà gần đứng bóng, Uyên vào bếp, tôi soạn lại những vật liệu đã mua. Một tiếng sau bữa cơm hoàn tất, Uyên dọn ra bàn. Tôi khen,

"Cháu giỏi quá."

"Cháu làm vợ được chứ?"

Tôi nói, nửa đùa nửa thật,

"Cháu còn nhi đồng, chưa được."

Uyên trề môi "xí" một tiếng dài kèm theo cái nguýt sắc như dao. Tôi nói,

"Không phải sao?"

"Không!"

Uyên trả lời dấm dẳn, tôi cười giả lả nhìn Uyên thu vén chén đĩa bẩn mang vào bếp. Khi trở lên Uyên che miệng ngáp dài,

"Đêm qua phải thức khuya giải quyết lượng bài vở khá nhiều. Cháu phải ngủ một lát."

Uyên lên giường nằm nghiêng xoay mặt ra ngoài nhìn tôi mỉm cười,

"Cháu ngủ nhé."

"Ngủ đi." Tôi nói.

Uyên nhắm mắt. Tôi ngồi nhấm nháp tách trà thơm nhìn ra đường. Nắng trưa mùa đông không chói chang, trái lại vàng dịu. Không khí cũng gây lạnh. Chỗ cư trú của tôi nằm ngoài khu thương mại nên khá yên tĩnh. Xeo xéo bên kia đường, một người đàn ông cao tuổi, có lẽ gia chủ, đang dùng kéo cắt tỉa hàng rào bằng những cây thông nhọn đầu trồng cận nhau, tiếng kéo vang đều một nhịp đơn điệu trong bầu khí vắng lặng. Uống hết tách trà tôi đứng dậy đến trước giá vẽ, nặn sơn vào *palette*, tiếp tục bức tranh dang dở. Tôi nhìn những nhát màu mạnh, quay cuồng, nghĩ đến nội tâm không yên nhiều tháng qua. Thời gian gần đây tôi bỗng thích vẽ trừu tượng. Có những chuyện không tỏ lộ được bằng lời, tranh trừu tượng có khả năng chuyên chở được phần "bất khả tư nghì" này.

Uyên đã ngủ, nhìn nét mặt trẻ thơ, đôi mắt khép dưới hai hàng lông mi dài, chiếc miệng chúm chím, khuôn ngực lên xuống chậm theo nhịp thở, cổ áo *pull* trễ xuống phơi lộ vùng da trắng nhờ, leo lên hai ngọn đồi khuất trong lớp vải, lòng tôi dấy lên một cảm giác khó tả, nửa thương mến tình chú cháu, nửa rung động tình gái trai. Tình gái trai! Bậy quá. Tôi tự nhủ, có những giới hạn không nên vượt qua. Vẫn biết Uyên muốn đến với tôi hoàn toàn tự nguyện. Đó là quyết định của một người đã trưởng thành. Nhưng song thân Uyên là bạn tôi, nếu chuyện đến tai họ, tôi phải ăn nói thế nào? Không được, vấn đề không nằm trong phạm vi luật pháp, mà thuộc phạm trù đạo đức. Tôi tự răn đe mình, và để có thể xóa quên đi mọi ham muốn không hay, tôi cố hướng suy nghĩ đến bức tranh đang vẽ. Chả mấy chốc tôi bị cuốn vào sự biến hóa của sắc màu, hình ảnh cô bé dần ra khỏi tâm trí.

Uyên thức dậy từ bao giờ, lặng lẽ đến sau lưng theo dõi

tôi vẽ. Mãi đến lúc cảm thấy gây lạnh, tôi vất cây cọ vào chậu nước ngâm, định vào trong lấy chiếc áo khoác. Khi quay lại tôi giật mình thấy Uyên đứng nhìn tôi ngây dại. Uyên mỉm cười,

"Xem chú vẽ, thích ghê."

"Cháu dậy lâu chưa?'

"Từ lúc bức tranh hoàn tất non một nửa."

Và cười lặp lại nhận xét đầu tiên,

"Xem chú vẽ, thích ghệ."

Tôi biết Uyên muốn nói gì, nhưng để lái ý nghĩ của Uyên sang hướng khác, tôi giả ngu,

"Mai mốt trực tiếp cầm cọ cháu còn thích hơn."

Bỗng Uyên nhào tới, ôm chặt, áp má vào lưng tôi, gọi khẽ,

"Chú…"

Tôi đứng yên hồi lâu rồi chậm rãi gỡ vòng tay của Uyên, xoay lại, nhìn thẳng vào mắt cô bé,

"Cháu à, không được đâu."

Uyên hỏi nhanh,

"Tại sao?"

Tôi lúng túng,

"Tại… tại… Cháu thấy đó, giữa cháu và chú…"

Uyên ngắt lời tôi,

"Tuổi tác chứ gì. Cháu không *care.*"

"Cháu bướng quá."

Uyên áp sát, lặp lại động tác cũ, ôm tôi, nói qua hơi thở mạnh,

"Tại cháu yêu chú."

Tôi không gỡ ra nữa vì biết Uyên sẽ tái diễn. Tôi lắc đầu nhỏ giọng, âm sắc có vẻ như yếu hẳn,

"Không được..."

Uyên siết mạnh vòng ôm. Tôi cảm thấy hơi nóng từ thân thể Uyên chuyền sang, hôi hổi,

"Được mà... Cháu biết chú cũng yêu cháu."

Uyên ngước nhìn tôi, mắt sũng ướt,

"Phải không, chú cũng yêu cháu?"

"Chú... Chú...."

Uyên kéo mặt tôi xuống, áp môi lên môi tôi, thì thào,

"Hôn cháu đi."

Tôi nhũn ra, sức đề kháng dần tan, lý trí cũng triệt tiêu, và dường như bị một lực vô hình dẫn dắt, bất giác hai cánh tay tôi vươn lên, bao quanh thân thể cô bé,

Uyên mỉm cười lặp lại, mặt ngước lên, mắt nhắm,

"Cháu biết mà... Hôn cháu đi."

Tôi làm theo lời Uyên như một người máy, mở miệng ngậm đôi môi cô bé nút nhẹ, đôi môi mềm, ngọt, thơm mùi *Vaseline*. Uyên kiễng chân, vít đầu tôi xuống đáp trả nhiệt tình. Dễ chừng trên một phút, môi tôi không rời môi Uyên. Rồi trong tư thế đứng, cô bé kéo tôi nhích dần, đẩy ngã lên mặt nệm, phủ lên người tôi.

Đêm xuống. Ánh sáng đèn đường tràn qua cửa sổ len lỏi yếu ớt không trọn mọi ngõ ngách của căn phòng nhỏ. Cô bé có vẻ bạo dạn trên mức bình thường. Ngược lại, tôi trở nên thụ động, tôi không còn là tôi, gã đàn ông đứng tuổi, dạn dày, từng trải không ít trong quan hệ gái trai.

Điều gì khiến tôi trở thành như thế? Lòng tôi không yên, mặc cảm tội lỗi khiến mọi biểu hiện trở nên gượng gạo, không thoải mái. Tôi biết tình cảm của tôi với Uyên không xuất phát từ trái tim, mà chỉ thuần túy từ ham muốn vật lý. Còn Uyên? Cô bé ngây ngô quá, đồng hóa tôi với bộ môn cô bé say mê.

Uyên cuộn người như con sâu đo nằm gọn trong lòng tôi, mái tóc dài xổ tung, vắt trên đồi ngực nhọn, mùi hương con gái trộn với mùi nước hoa thoang thoảng, Cô bé nói,

"Cháu hạnh phúc, ước chi phút giây này sẽ kéo dài mãi mãi."

Tôi nói,

"Cháu lãng mạn quá. Con gái lãng mạn không tốt đâu.

Uyên nói,

"Đời người khá dài, nhưng phần tuổi trẻ lại quá ngắn, nếu không sống trọn vẹn quãng đời này, uổng lắm. Cháu lãng mạn, có thể. Xét cho cùng, lãng mạn làm cuộc sống thơ mộng."

Uyên cầm bàn tay tôi đưa lên miệng hôn rồi đặt trên một gò ngực, nói nhỏ,

"Chưa ai đụng vào nó, chú là người đầu tiên…"

Cô bé ưỡn người, vạch áo kê bầu ngực vào miệng tôi. Nhìn trái vú căng mọng, núm hồng sẫm, một luồng điện chạy rần rật dưới da, tôi gọi khẽ,

"Cháu…."

Uyên ôm đầu tôi,

"Cho chú đó…"

Tôi xoa bầu ngực căng, mở miệng ngậm núm vú nút, ban đầu nhẹ, một lúc hưng phấn dâng cao, tôi ngấu nghiến, hối hả. Uyên vùi mười ngón tay vào tóc, vò rối, lắp bắp,

Lê Hải Triều

"Chú ơi… Chú ơi…"

Tôi vày vọc, hết bên này đến bên kia, chiếc áo *pull* từ lúc nào đã rời khỏi người cô bé nằm dồn cục một góc nệm. Tôi vục mặt vào vùng trũng giữa hai trái đồi, ủi. Uyên cười rú,

"Nhột cháu…"

Tôi muốn di chuyển đầu xuống sâu, nhưng kềm chế được. Phải tự giới hạn, không thể đi quá xa. Tôi nghĩ đến ba mẹ Uyên, tôi nghĩ đến tình bằng hữu. Tôi nghĩ đến hậu quả khó lường nếu tôi vượt qua lằn ranh đạo đức tuy vô hình song vẫn tồn tại, như điểm sáng của lương tri.

Khuya sâu. Uyên gối đầu trên ngực tôi, thủ thỉ,

"Cháu mệt muốn xỉu."

"Chỉ thế đã mệt rồi sao?"

Uyên khúc khích,

"Mới thế, hơn nữa, chắc chết."

Tôi nhìn giờ trên điện thoại,

"Mười một giờ rồi đấy, thôi cháu về đi."

"Cháu muốn ở lại với chú."

"Điên à, ba mẹ cháu gọt đầu bôi vôi, chú cũng khó yên."

Uyên cười lớn,

"Hahaha… Gì mà ghê thế, thỉnh thoảng cháu vẫn đi hoang nhà bè bạn. Chỉ một cú điện thoại xin phép của bọn chúng là êm ngay."

"Chả lẽ chú gọi?"

"Giản dị thôi, cháu sẽ gọi cho một nhỏ bạn nào đó nhờ nó làm nhiệm vụ ấy với ba mẹ là xong ngay."

"Ừ nhỉ. Nhưng thôi, cháu về đi, hôm nay đủ rồi."

Uyên không muốn về, tôi bảo hãy nghe lời chú, quan hệ giữa chú cháu chả phải ngày một ngày hai. Tôi dỗ,

"Ngoan nào, về đi, chú yêu."

Tôi nâng mặt Uyên lên, hôn trán, chóp mũi, ngậm môi, luồn lưỡi vào miệng cô bé ngọ ngoạy. Uyên nhắm mắt ậm ự, ôm chặt không rời, cho đến khi tôi nhẹ đẩy ra,

"Về đi." Tôi lặp lại.

Tôi muốn một mình đêm nay, ôn lại mọi chuyện, nhìn lại bản thân, có nên chăng du mình vào cuộc tình chông chênh đầy bất trắc này?

Cuối cùng Uyên cũng bằng lòng ra xe, dù không vui. Tôi mở cửa, cúi hôn một lần nữa đôi môi non,

"Ngủ ngon nhé."

"*You too.*"

Tôi nhìn theo, cho đến khi hai ngọn đèn đỏ phía sau chiếc Toyota khuất chìm vào màn sương khuya.

Uyên về rồi căn phòng nhỏ như rộng hẳn. Tôi trở lại đứng trước giá vẽ, bức tranh chỉ còn vài điểm nhấn tôi muốn làm rõ để tạo sự sinh động. Cầm cây cọ và *palette* lên nhưng tôi lúng túng mãi, không thể tập trung suy nghĩ để hoàn tất.

Trong đầu tôi hình ảnh Uyên và Thục cùng hiển hiện.

Thục đẹp và biết mình đẹp. Cái đẹp của một nhan sắc đến thời kỳ mãn khai, bung nở trọn vẹn, cái đẹp của một trái nho chín mọng, ngọt lịm. Về bản chất, ẩn phía sau vẻ nhún nhường là một cá tính mạnh mẽ, tự tại và trí tuệ, tài hoa, Thục có kiến thức sâu rộng về văn học, nghệ thuật, đàn ngọt, hát hay. Thục như thỏi nam châm, cuốn hút. Tôi yêu Thục, nhớ Thục. Nhớ môi hôn, nhớ ánh mắt, nụ cười, vòng ôm, những lần ân ái đắm say. Nhớ những đồng cảm trước một bức tranh, một bài thơ, một cuốn sách hay. Nhớ những đêm ngoài ban công, vầng trăng hạ tuần vằng vặc trên cao, mái tóc dài Thục xõa bay trong gió khuya, khuôn mặt Thục đẫm ướt màu sữa lung linh. Thục ôm đàn và hát.Tiếng đàn quyện với tiếng hát bồng bềnh nổi trôi làm lòng tôi, tim tôi nao nao. Tôi nhìn Thục, nghĩ, suốt đời này sẽ không ai khác thay thế được Thục, nếu vì lý do nào đó tôi mất Thục. Vậy mà tôi mất thật!

Uyên cũng đẹp, năng động, khỏe mạnh, gợi cảm, và nhất là trẻ, nhưng trái tim tôi vẫn không xao động, có chăng là thể xác lên tiếng khi ôm Uyên trong vòng tay. Tình dục chỉ nhất thời, tình yêu mới miên viễn. Người ta không thể gắn bó với nhau dài lâu nếu không có tình yêu.

Tôi thương Uyên, cô bé ngây ngô quá, tôi biết Uyên yêu tôi không phải bởi con người thật của tôi, mà qua tôi cô bé cảm thấy gần gũi với bộ môn cô bé mê say. Nói không quá, tôi chỉ là cái cớ. Sớm muộn Uyên cũng sẽ thấy điều đó. Cơn mê sẽ dứt. Chính vì hiểu vậy nên tôi không muốn lấy đi đời con gái của Uyên, lòng tự trọng nào cho phép tôi làm thế. Vẫn biết trên xứ sở này tiết trinh chẳng là cái quan trọng cần bảo vệ. Nhưng đã được giáo dục từ nhỏ văn hóa Á đông, tôi chả thấy thoải mái khi chiếm đoạt Uyên.

Tôi đứng thêm một lúc, biết sẽ không vẽ được nữa, nên chán ngán vất cây cọ vào thau nước ngâm, đến giường ngã xuống. Dễ chừng đã qua ngày mới. Tôi nhắm mắt cố tìm giấc ngủ, ngày mai phải đến sở, thức khuya thế này làm sao ngồi nổi tám tiếng trước màn hình *computer* trong căn phòng rì rào tiếng máy lạnh, bình thường đã muốn ngủ, huống chi thiếu ngủ!

Ngoài lộ xe cộ đã thưa bớt. Ngày cũ tận từ lâu, ngày mới đang lên.

*

Buổi chiều tan tầm, tôi lên xe chạy thẳng đến nhà hàng P. Vợ chồng Toàn và cậu con trai vừa về từ chiến trường Trung Đông đang chờ tôi ở đó. Hôm nay Toàn mở tiệc chiêu đãi chào mừng cậu quí tử qui cố hương sau một năm ăn nằm với súng đạn. Nhà hàng Tàu, nổi tiếng nhất vùng với món vịt Bắc Kinh danh bất hư truyền. Khoa là con một của vợ chồng Toàn, xuất thân từ West Point, một học viện quân sự nổi tiếng nhất nước Mỹ nói riêng, thế giới nói chung. Sau 4 năm học tập cam khổ, Khoa ra trường với cấp bậc thiếu úy, về một đơn vị đang hành quân ở Trung Đông. Gần một năm xa nhà, hôm nay là lần về phép đầu tiên. Toàn đứng lên kéo ghế khi thấy tôi vào, đồng thời hướng mặt về phía một thanh niên cao to, da sạm nắng, mặc quân phục rằn ri màu cát sa mạc, giới thiệu,

"Khoa, con trai tôi."

Khoa hơi nhỏm người đưa tay cho tôi bắt và cười thật tươi,

"Thưa chú."

"Chào cháu, chà, đẹp trai dữ."

Nguyệt nhìn con, âu yếm,

"Vậy mà ế chảy thây."

Khoa chống chế,

"Ai nói với mẹ con ế? Chỉ là con chưa muốn."

"Hai bốn rồi đấy con ạ, đợi đến bao giờ mới muốn?

Khoa trêu mẹ,

"Hai bốn, mẹ làm như bốn hai!"

Nguyệt lườm con,

"Chỉ được cái láo lếu."

Toàn nhìn ra cửa, reo lên,

"Gia đình Phùng đến kìa."

Vợ chồng Phùng và Uyên bước qua ngưỡng cửa. Hôm nay trông Uyên đẹp rạng rỡ. Chiếc váy dài màu thiên thanh ôm sát thân thể, cổ áo rộng che nửa ngực, phần dưới, từ thắt lưng xòe ra, dài chấm gót. Toàn giới thiệu vợ chồng Phùng, Uyên với con trai và ngược lại.

Khi đã yên vị, Uyên quay qua tôi,

"Chú đến lâu chưa?"

"Trước cháu khoảng mười phút."

Nguyệt hỏi vợ Phùng,

"Thế nào, con trai tôi *ok* không?"

Vợ Phùng cười,

"Tôi thì ăn thua gì, hỏi con gái tôi kìa."

Tôi đoán hai người đàn bà này đã bàn bạc chuyện kết hợp "đôi trẻ". Công tâm nhận xét, cặp này rất xứng đôi. Nếu Nguyệt và vợ Phùng có ý định đó, và nếu mọi chuyện suông sẻ, đây là một kết hợp hoàn hảo.

Nguyệt nửa đùa nửa thật hỏi Uyên,

"Cháu thấy con trai bác thế nào?

Uyên vui vẻ,

"Đẹp trai, oai phong lẫm liệt."

"Vậy chịu làm dâu bác không?"

Uyên nhìn Nguyệt, rành rọt,

"Bác đừng hiểu lầm, con nhận xét anh Khoa đẹp trai, oai phong lẫm liệt là nhận xét khách quan, không ý gì khác. Thưa bác, con có người yêu rồi."

Mọi người đều bất ngờ, kể cả tôi. Nhất là hai người đàn bà. Vợ Phùng hỏi Uyên, giọng không vui,

"Uyên, con nói gì vậy?"

Uyên lặp lại, chậm, dứt khoát,

"Con có người yêu rồi mẹ ơi."

Bàn tiệc trở nên sôi động, xoay quanh câu hỏi người yêu của Uyên là ai, nhân thân… Uyên chỉ cười, kiệm lời, với lý do chính đáng, Uyên đã trưởng thành, có quyền riêng tư.

Tôi nâng ly rượu vang nhấp một ngụm nhỏ, kín đáo nhìn Uyên. Tươi, khỏe, trẻ trung, Uyên phơi phới, tự tại. Cô bé này không giản dị tí nào, bên dưới bề mặt vô ưu kia hẳn cất giấu những con sóng ngầm mạnh mẽ, sẵn sàng bùng lên, cuốn trôi tất cả nếu cần. Vãn tiệc, khi ra *parking* Uyên đi sát tôi, nói nhanh,

"Lát nữa cháu đến chú."

Tôi chưa kịp trả lời Uyên đã vào xe với ba mẹ, Toàn cho xe rời bãi đậu, chạy chậm, khi ngang qua tôi Uyên quay kiếng xuống thò đầu ra ngoài nói lớn,

"Bức tranh chắc đã xong, chắc đẹp, cháu muốn xem quá."

"Mai mốt rảnh, ghé chú."

"Dạ, cháu sẽ ghé."

Chiếc xe rời xa, Uyên nháy mắt với tôi trước khi bấm kiếng lên.

Tôi xem đồng hồ, hơn 10 giờ, tôi ghé quán rượu quen trên đường về. Bỗng dưng tôi cảm thấy buồn. Tôi nhớ buổi tối tiết trời gây lạnh, tôi đưa Thục xuống LB, đến quán cất trên những chân cừ từ mỏm đá sát bờ, nhô ra mặt nước xanh. Quán bán hải sản, những con mực, tôm càng, ghẹ tươi, và rượu trắng. Hai đứa vừa ăn uống vừa rôm rả chuyện trò. Đó là thời gian đẹp nhất, chúng tôi mặn nồng, tận hưởng hạnh phúc bên nhau, giản dị, đằm thắm. Thục nói với tôi về ước mơ tương lai. Thục đang được đề bạt lên chức phó giám đốc. Thục tính khi cuộc sống ổn định, sẽ về với tôi,

"Lúc ấy chúng ta chính thức thành vợ chồng."

"Bây giờ chưa là vợ chồng sao?"

"Chưa. Em thực tế, khi đã chính thức, chúng ta sẽ có con và có trách nhiệm với chúng."

Điện thoại reo. Máy hiện tên Uyên. Tôi nói,

"Chú nghe đây."

Cháu sẽ đến chú khoảng 20 phút nữa."

Uyên cười vui, tiếp,

"Đã nhờ con bạn xin phép ngủ lang nhà nó, cũng có nghĩa đêm nay cháu ở với chú."

"Cháu quá quắt lắm."

Uyên cười lớn, con bé ngổ ngáo quá! Tôi nghĩ, với đà này, sớm muộn chuyện cũng sẽ vỡ lở. Tôi tiên đoán nhiều bất trắc sẽ xảy ra, tôi không biết rồi ra chuyện dẫn đưa đến đâu.

Tôi mở cửa bước vào nhà, cởi quần áo định vào *restroom* tắm rửa thì có tiếng gọi giật.

"Chú!"

Uyên cũng vừa đến. Cô bé đã thay chiếc váy ngắn vải mềm giản dị, trông nhỏ nhắn như một bé gái chưa qua khỏi tuổi vị thành niên. Tôi vớ vội chiếc quần mặc vào, chưa kịp kéo dây khóa lên Uyên đã nhào tới ôm,

"Nhớ chú quá."

Tôi cười,

"Mới trong bữa tiệc, xạo xị."

Uyên nói,

"Nhớ có nghĩa là thèm ôm chú. Trong tiệc, giữa mọi người, cháu nào làm gì được?"

Tôi gỡ vòng tay Uyên,

"Nghe chú nói này."

"Chuyện gì vậy chú?"

Tôi chỉ chiếc ghế,

"Ngồi xuống đây đã."

"Trông chú trầm trọng quá làm cháu lo."

Uyên lui lại ngồi vào *sofa* đơn, ngước mặt nhìn tôi vẻ chờ đợi. Phải nói thế nào với cô bé? Để câu giờ, tôi vào bếp lấy chiếc ly thủy tinh mang ra. Chai rượu lúc nãy trong quán uống chưa hết tôi mang về. Chậm rãi rót rượu vào ly, lưng lửng. Tôi nâng lên soi trên ánh đèn, màu nâu hổ phách trong vắt. Tôi hỏi Uyên,

"Cháu uống không?"

Uyên không trả lời câu hỏi, mà thúc,

"Chú nói đi."

Tôi nhấp một ngụm rượu, vị chát chạy vào cuống họng, xuống bao tử nong nóng.

Uyên lặp lại,

"Chú nói đi."

Tôi nhìn Uyên thật lâu rồi ngập ngừng,

"Có bao giờ cháu nghĩ đến tương lai không?"

"Dĩ nhiên, cháu đang học để có tấm bằng lo cho tương lai."

"Chú muốn nói chuyện chúng ta kia."

"À, ý chú thế nào?"

Tôi nói với Uyên, và có lẽ cả với chính mình,

"Nếu tiếp tục sẽ rơi vào bế tắc, chưa nói đến tuổi tác, chỉ chuyện mọi người sẽ không bao giờ chấp nhận cuộc tình quá đỗi so le này. Vả lại, chú thú thực, không cảm thấy thoải mái."

Uyên nói.

"Cháu không *care* người ta nghĩ gì."

"Kể cả ba mẹ cháu?"

"Dạ, cháu yêu chú, muốn đến với chú, chỉ như thế, đủ rồi. Không ai sống được đời kẻ khác. Khổ đau hay hạnh phúc là do ta chọn. Ba mẹ sinh ra cháu, nhưng thân xác này là của cháu, người duy nhất chịu trách nhiệm là cháu, tuyệt đối không ai khác, chú đừng để ý làm gì dư luận, lời ong tiếng ve chắc chắn sẽ có. Miệng thế gian mà."

Tôi nói,

"Nhưng chúng ta sống trong cuộc đời, mỗi người là một nhân tố làm nên cái tập thể mang tên cuộc đời, cái tập thể bất khả phân ly với mỗi chúng ta. Nói cách khác, khi chấp nhận là một thành viên của cuộc đời thì ta không thể cưỡng lại mọi qui ước, tuy bất thành văn, song vẫn có giá trị khó đổi thay."

Uyên nói,

"Chú nói sai rồi. Những qui ước này luôn thay đổi cho phù hợp với mỗi thời đại. Ba mẹ cháu từng kể ở Việt Nam ngày trước chuyện vợ chồng phần lớn được quyết định bởi người lớn, "cha mẹ đặt đâu con ngồi đó" là qui ước của buổi ấy. Ngày nay, thời thế đã khác, qui ước lạc hậu kia giới trẻ mấy ai theo?"

Tôi nhận thấy Uyên lập luận không phải không đúng, và hơi ngạc nhiên về sự già dặn của cô bé. Tôi từng tiếp xúc với nhiều thiếu nữ cùng trang lứa với Uyên, hầu hết đều khá ngờ ngệch mọi chuyện, nhất là những thành phần sinh ra và lớn lên tại nơi này. Quan tâm của họ hoàn toàn không giống Uyên. Thời trang, phim ảnh, ca nhạc, *party,* tình dục, kể cả hút sách… Họ như hoa hướng dương, lúc nào cũng hướng về phía rực nắng, tuổi thanh xuân của họ đẫm hương và hưởng thụ. Tuy nhiên tôi cũng cố chống chế,

"Về mặt luật pháp chúng ta không sai, song về mặt xã hội chúng ta bị lên án. Như chú đã nói, ta sống trong cuộc đời, không thể không tuân theo những qui ước của cuộc đời."

Uyên nói,

"Rốt cục chú lại về khởi điểm. Lẩn quẩn thế này sẽ không bao giờ có được một kết quả chung cuộc, cho nên…"

Uyên đứng dậy đến sát, ôm, ngả đầu vào ngực tôi,

"Vẫn không thay đổi được sự thật, cháu yêu chú."

Uyên ngước lên,

"Hôn cháu đi."

Nhìn khuôn mặt ngời sáng, nhìn vành môi hồng, nhìn vóc dáng tựa một thứ trái cây vừa chín tới, căng bóng, tôi không thể không xao động. Dù trái tim chưa bồi hồi nhịp đập nhanh nhưng phản xạ vật lý thúc hối tôi mở rộng vòng tay ôm tấm thân hôi hổi của Uyên. Tôi nói, giọng nhẹ như tiếng thở dài,

"Để chú đi tắm đã."

Uyên nhìn sâu vào mắt tôi, nhếch môi, chậm rãi,

"Hôn cháu trước."

Tôi cúi ngậm môi Uyên nút nhẹ, cô bé đáp ứng nhiệt tình, lùa lưỡi vào vòm miệng tôi, quấn quít, nước bọt ứa ra thơm nhờn.

Tôi nhủ thầm, từ nay chắn chắn nhiều phiền toái sẽ đến, liệu tôi còn đủ yên ổn để tiếp tục an cư nơi này?

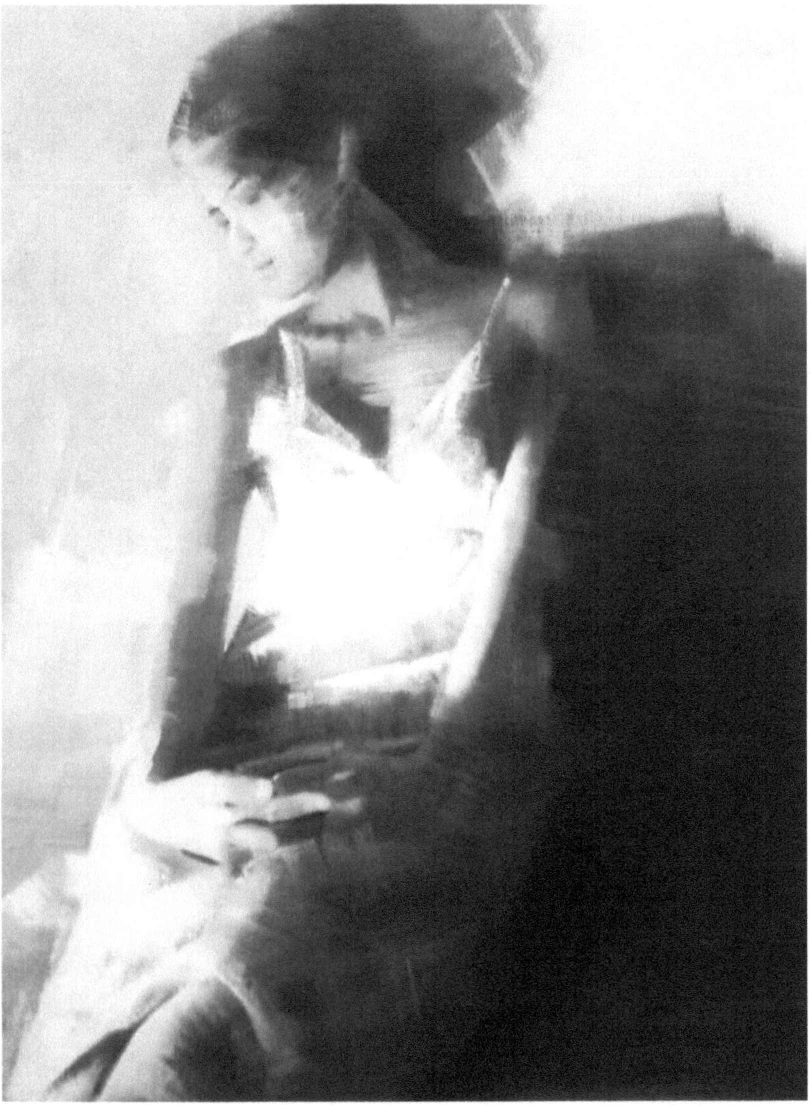

Lê Hải Triều

CHƯƠNG II

Như dự đoán, mối tình giữa tôi và Uyên kéo dài sang tháng thứ tư thì bị phát hiện. Nhanh chóng tôi trở thành tấm bia cho mọi phê phán, bỉ thử, đe dọa bạo lực liên tục bắn vào không khoan nhượng. Tôi như con thú bị truy bức tứ bề. Phải thoát ra, phải biệt tích, phải vĩnh viễn rời xa chỗ này.

Một lần nữa tôi tái diễn cuộc trốn chạy.

Vẫn với hành trang đầy ba thùng giấy, tôi lên đường.

Đi đâu? Tôi trở lại C, nhưng ngược lên phía Bắc. Qua *internet*, tôi biết vùng này có nhiều thắng cảnh, chùa chiền, nhà thờ cổ và lâu đài rất nổi tiếng. Tôi hy vọng các danh thắng, sự u tịch của các tự viện, không gian lồng lộng của những giáo đường sẽ giúp tôi tạm quên mọi nguyên nhân đã làm tâm hồn tôi không yên ngót một năm dài.

Kể từ đêm đầu tiên, trải dài suốt bốn tháng sau đó, Uyên càng ngày càng gắn bó với tôi, gần như ở hẳn nơi tôi cư trú. Đó là nguyên nhân khiến quan hệ giữa chúng tôi nhanh chóng trở thành công khai, đưa đến bao nhiêu hệ lụy, đẩy tôi ra khỏi thành phố một lần nữa. Thực ra tôi không hèn, nghĩa là sẵn sàng ở lại và kiên cường chống đỡ nếu tôi yêu Uyên thực sự. Tình yêu sẽ như động lực giúp người ta ngẩng cao đầu trước lằn tên mũi đạn của dư luận. Khổ nỗi tình cảm của tôi cho Uyên chỉ thuần túy bắt nguồn từ thân xác, tôi không cưỡng lại nổi những đòi hỏi mỗi khi ôm Uyên, nhìn Uyên nõn nà, mời gọi, và rồi tôi nhắm mắt buông trôi. Để khi tàn cuộc luôn bị lương tri dằn vật. Tôi ý thức rất rõ, ngoài Thục ra không ai làm trái tim tôi rung động. Tình trạng này tái diễn hàng trăm lần suốt bốn tháng khiến tâm tôi không lúc nào yên. Chuyện vỡ lở, tôi trốn dư luận, đồng thời cũng là trốn dằn vật nội tâm.

Hơn một ngày một đêm, vẫn ngủ vật vả trong xe và tắm rửa, làm vệ sinh ở các *rest aria* dọc xa lộ, vẫn ăn qua quít thức ăn nhanh ở các trạm xăng, nơi tôi muốn đến đã trong tầm mắt. Tôi chạy lòng vòng khắp thành phố. Vẫn những con đường một chiều lên xuống dốc, vẫn phố nhiều tầng san sát, vẫn đông đúc bộ hành hai bên vỉa hè. Mấy mươi năm xa cách, giờ tái ngộ tôi nhận thấy cảnh quan không khác xưa bao nhiêu. Ngót hai tiếng đồng hồ, tôi thăm lại hầu hết mọi con đường. Điểm cuối là công viên nhiều cây xanh, tôi vào, đậu xe dưới tán lá rộng, bóng mát phủ kín một diện tích lớn. Tôi tắt máy, ngả người ra ghế, bật quẹt đốt điếu thuốc ngửa mặt nhả khói, Như vậy cũng tạm đủ. Việc tiếp theo là tìm thuê ngay một chỗ trọ. Chuyện tưởng dễ, thế nhưng ở thành phố này lại không dễ như tôi tưởng. Sau ba ngày lùng sục cuối cùng tôi cũng tìm ra chỗ trú, không như ý nhưng dù sao có còn hơn không. Đó là một căn gác sát mái, sát mặt lộ nằm đầu ngã tư, tụ điểm của gái ăn sương. Từ chập tối đến hai ba giờ sáng, bất cứ lúc nào ra *balcon* nhìn xuống tôi cũng bắt gặp vài em ăn mặc hở hang, miệng phì phèo thuốc lá, tay vẫy mời khách. Khách, ngồi trong xe, dừng lại trước đèn đỏ, chờ đèn xanh. Nhiều em còn trắng trợn vạch ngực, tốc váy giới thiệu hàng họ. Nếu khách có nhu cầu, qua một hai câu trao đổi ngắn, cửa mở, em leo vào, xe chuyển bánh. Nơi đến sẽ là một *motel* nào đó, hoặc giản tiện, ít tốn kém hơn, vào *public parking*, quay kiếng lên, bày cuộc cờ người ngay trong xe. Xong. Thả em xuống tại chỗ hoặc chở về chốn cũ. Sau đó em đường em anh đường anh, mai mốt gặp nhau đâu đó nhiều khả năng chả ai nhớ. Hoặc nếu có nhớ cũng chơi cái tình lờ, coi như chưa từng ôm ấp, chưa từng thịt đâm vô thịt! Tình nhà thổ, không sai!

*

Nghỉ ngơi vài ngày, tôi đi xin việc. Với mảnh bằng và kinh nghiệm, tôi tìm ra việc không khó. Tương tự như ở thành phố tôi vừa bỏ đi, ngoài công việc ở sở, thì giờ rảnh tôi sáng tác tranh. Thỉnh thoảng cao hứng tôi mang giá vẽ đến những nơi yên tĩnh, vọc màu, vừa tiêu khiển vừa tu dưỡng tâm thân.

Hôm nay tôi muốn ra ngoại thành.

Buổi sáng nắng đẹp, bầu trời cao, gây lạnh. Tôi rời nội đô, rẽ vào con đường nhỏ, nhỏ là so với các đại lộ nhiều *lane* xuôi ngược, chứ tiểu lộ này tuy chỉ duy nhất một *lane* song cũng rộng và phẳng phiu. Gió thổi vào từ hướng biển cách chừng nửa dặm, đưa mùi muối ngập không gian. Mỗi tuần năm ngày giam mình trong căn phòng rì rào tiếng máy lạnh với những con số, những đồ hình vô cảm, để rồi hai ngày cuối tuần được ra thôn dã, được hít thở không khí trong lành, sinh lực tiêu hao phục hồi nhanh. Tôi cảm thấy sảng khoái, lòng vui.

Thời gian quả là liều thuốc an thần tuyệt vời. Nỗi đau và kỷ niệm với Thục vẫn nhoi nhói mỗi lần nghĩ đến nhưng phần nào phai nhạt. Uyên nữa, cô bé cùng đam mê cháy bỏng rồi cũng nhòa theo năm tháng. Tôi bắt đầu những ngày mới với nhiều dự phóng. Nhìn lại số tranh đã hoàn tất, tôi nghĩ, thêm chừng năm bảy bức nữa sẽ tổ chức được một triển lãm. Tuy nghiệp dư, nhưng tôi tin cuộc triển lãm sẽ được đón nhận tích cực, sẽ là bàn đạp cho tôi mạnh dạn đi sâu vào thế giới nghệ thuật, niềm đam mê lớn, cũng là đích đến một đời tôi mong đạt tới.

Nhiều năm qua tôi mải mê làm đầy cái tôi vị kỷ, tham lam, tôi dần giết chết con người thật của mình. Trở về thôi, tôi tự nhủ.

Buổi trưa nghỉ tay, tôi ngắm lại bức tranh sắp hoàn tất, vừa lòng. Màu sắc và đường nét không còn u ám, phân vân. Những nhát cọ mạnh, dứt khoát như muốn vượt thoát khỏi mọi hệ lụy, màu xanh da trời êm ả, màu vàng đất chuyển sang xanh non nhẹ nhàng, màu trắng bừng sáng… Tất cả làm nên một tổng thể lạc quan. Tôi có cảm giác đang ngoi lên từ vũng lầy trầm uất.

*

Bốn tháng chuẩn bị chu đáo, triển lãm mở cửa. Thành công ngoài mong ước. Báo chí, truyền thông đồng loạt tụng ca, cho cuộc trưng bày đã thổi vào lĩnh vực hội họa vốn già cỗi, xơ cứng một khuynh hướng cá biệt, hiện đại. Tranh bán được. Tôi mừng.

Thành công cũng đưa tới quyết định quan trọng, tôi từ bỏ công việc hiện tại, với tư cách kỹ sư vi tính, đang điều hành một phân bộ của công ty tôi đang cộng tác, chọn thế giới màu sắc, cọ sơn, khung bố làm hướng đi mới. Quyết định khá mạo hiểm, bất trắc nhiều hơn thuận lợi. Song tôi tự trấn an, chọn lựa nào không mất mát? Tôi yêu nghệ thuật, thừa biết khi đã dấn thân vào, là mười phần hết chín sẽ chạm mặt với vô số trở lực. Tôi hiểu và chấp nhận. Đó là cái giá phải trả của gần như tất cả những người chọn con đường hẹp này. Ngày trước tôi chưa đủ tự tin thay đổi hướng đi, bây giờ, sau triển lãm, được khích lệ từ dư luận, tôi không phân vân nữa.

Với tiền tranh bán được, đủ để tôi sống và sáng tác trên dưới nửa năm. Chưa kể qua *internet,* tôi có cơ hội tiếp cận khách yêu hội họa khắp nơi. Nhờ vậy, qua phương tiện này, thỉnh thoảng cũng có người chiếu cố. Nói chung, tuy thu nhập không căn bản như lúc đi làm, nhưng tôi vẫn sống được, và quan trọng nhất, có thì giờ hơn cho sáng tác. Một người độc thân, chẳng trách nhiệm với ai ngoài bản thân, vấn đề vật chất không là bận tâm lớn. Một chiếc xe đừng quá tệ làm phương tiện đi lại, vài bộ quần áo, ít tiền trong trương mục đủ trả tiền nhà hàng tháng và cơm nước, cà phê thuốc lá. Như vậy đủ rồi. Điều tôi cần là những thành quả trong sáng tạo, với tôi, thiết thân hơn nhiều.

Hôm nay tôi dậy muộn. Đêm qua mải mê vẽ, tôi thức đến hai giờ sáng. Từ bỏ công việc văn phòng, giờ giấc bó buộc, chuyển sang một *job* khác, hoàn toàn chủ động thời gian. Thích thực. Tôi ra ngoài *balcon* nhìn xuống, vỉa hè như rộng hẳn, gái ăn sương đã tản hết, dấu vết còn lại chỉ là những mẩu tàn thuốc lá trên mặt *ciment* cũ bẩn, đôi chỗ nứt nẻ. Vùng này gần ngoại ô, nhiều hãng xưởng nên tương đối yên tĩnh. Thỉnh thoảng một chiếc vận tải mui kín dài ngoằng, từ cổng công ty chế biến hải sản đối diện, bò chậm ra cổng. Tôi đoán có lẽ chiếc xe chở thành phẩm đến các chợ.

Uống cạn ly cà phê, tôi trở vào tiếp tục vẽ nốt bức tranh dang dở. Tôi nặn màu ra *palette*, nhìn những khối màu nguyên, rực đỏ, vàng chói, trắng sáng… tôi thấy vui, Mùi thơm của sơn phả đầy căn phòng. Tôi ghiền mùi này. Vậy mà nhiều người chịu không nổi, thậm chí có người tức thở. Lạ!

Bức tranh không lớn lắm, 30X40 *inches*. Trung bình với *size* này tôi sẽ chỉ hoàn tất dưới 2 ngày, nhưng lần này tôi chật vật cả tuần vẫn chưa đâu vào đâu. Tôi biết tại sao. Kinh nghiệm dạy tôi, sẽ vẽ dễ dàng nếu ngay từ khởi đầu tôi không băn khoăn về đường hướng thể hiện. Ngược lại, như bây giờ, tôi phân vân không biết mình muốn gì. Vẽ như đã vẽ bao lâu nay, tôi cảm thấy nhàm quá. Tôi muốn đổi thay, nhưng đổi thay thế nào? Chính vướng mắc này khiến tôi vẽ rồi xóa không biết bao nhiêu lần. Ngày mới cầm cọ tôi nghe một số đàn anh trong nghề nói với nhau, đại khái khác với nhiều ngành nghề khác, ra trường, áp dụng những điều đã học, cứ thế làm việc, đến hết đời. Họa sĩ thì khác, họ luôn tìm kiếm mải miết những khám phá để làm mới tác phẩm cũng như tư duy. Đối với một họa sĩ không bao giờ có điểm dừng trên thiên lý nghệ thuật. Cũng có nghĩa mỗi bức tranh là một khởi đầu.

Có tiếng gõ cửa. Tôi ngạc nhiên, mới về đây cư ngụ chưa đầy năm, tôi nào có bạn mới. Vất cây cọ vào thau nước ngâm tôi ra mở cửa. Uyên. Tôi mở tròn mắt nhìn cô bé, kinh ngạc.

"Sao cháu biết chú ở đây?"

Uyên mỉm cười,

"Giản dị quá mà, *website* của chú trên *internet*."

"À!"

Uyên bước qua cửa, đặt vali kéo dựa tường, nhìn quanh,

"Chú ở một mình không buồn sao?"

Rồi bất ngờ quay về phía tôi, ôm chầm,

"Có cháu, chú sẽ hết buồn"

Tôi nâng mặt Uyên lên,

"Cháu nói gì, tính ở đây à?"

Uyên dụi mặt vào ngực tôi,

"Còn tính gì nữa, cháu đã quyết định từ trước khi đi."

Ngừng một chút Uyên nói tiếp,

"Chú không bỏ cháu được đâu, cháu thề sẽ bám theo chú ở bất cứ đâu, bất cứ lúc nào."

Tôi nhìn Uyên, chỉ tám tháng, cô bé dường như lột xác hẳn, từ ngôn ngữ, phong cách đến nhân dáng. Không còn vẻ nhí nhảnh, tinh nghịch, mồm miệng tía lia. Trong đôi mắt lấp lánh rạng đông ngày nào đã nhá nhem bóng tối. Thân thể đẫy đà hơn, thay vào dáng vẻ mi nhon xưa kia là hình ảnh của một nụ hoa đã mãn khai, bung nở trọn vẹn, ngực lớn, hông rộng, hai mông tròn. Mấy tháng nay để hết tâm trí vào cuộc triển lãm và những tác phẩm mới, tôi quên đi đòi hỏi xác thịt. Chợt Uyên xuất hiện, ôm tấm thân hôi hổi trong tay, lòng tôi nổi sóng. Không dằn được, tôi luồn tay vào áo cô bé, vuốt ve bóp nắn hai bầu vú mềm mát. Uyên tốc áo lên cao, ôm đầu tôi, nói nhỏ,

"Chúng nó thèm quá môi chú."

Tôi đẩy Uyên ngã trên sàn nhà, hối hả cởi nhanh quần áo của cả hai. Tôi ân ái, sôi nổi, cuồng nhiệt, Uyên đáp ứng hào hứng không kém. Chúng tôi như hai con thú đói nhai ngấu nghiến miếng mồi ngon. Tàn cuộc, Uyên vẫn chưa chịu buông tôi ra, giọng buồn,

"Tám tháng nay đêm cháu thường mơ thấy cùng chú *make love*, khi tỉnh dậy, cháu tủi thân trào nước mắt."

Tôi hôn nhanh lên môi Uyên, như ngầm an ủi. Uyên nói,

"Đừng bỏ cháu nữa nghe, cháu chịu không nổi đâu."

Tôi thở dài,

"Cháu tính ở đây thật à?"

Uyên gối đầu lên ngực tôi, mái tóc dài bung xõa, vài sợi vắt ngang mũi, mùi dầu gội đầu thơm nhẹ. Uyên dùng ngón cái và ngón trỏ se se núm vú tôi, mỉm cười,

"Cháu đã trả lời rồi mà, không tính toán gì nữa, cháu quyết định từ trước khi đi, sẽ bám theo chú, không chỉ bây giờ mà mãi mãi về sau."

Tôi nói,

"Chú nghỉ làm rồi, bây giờ lợi tức thất thường lúc có lúc không, làm sao chú cháu mình sống thoải mái đây. Còn chuyện học hành của cháu nữa, chả nhẽ bỏ học?"

Uyên ngồi dậy,

"Cháu cũng tính rồi. Trước khi đi cháu vào trường rút hồ

sơ, sẽ ghi danh học lại ở đây. Chuyện nhỏ mà, chỗ nào trên đất này không có đại học? Vấn đề kinh tế cũng đâu khó giải quyết, cháu sẽ xin đi làm bán thời gian. Thành phố này thiếu gì việc."

"Còn ba mẹ cháu. Nhiều khả năng hai người sẽ đến đây tìm cháu. Phiền phức to."

Uyên có vẻ kém vui,

"Đã nói với chú, cháu trưởng thành từ lâu, ba mẹ cháu không thể sống cuộc đời của cháu. Cháu lặp lại, mỗi người có một cuộc đời và chịu trách nhiệm với nó. Không ai sống thay được. Cháu đã quyết."

Tâm trạng của tôi vẫn như bao lâu nay, nửa mong Uyên ở đây để có người trò chuyện, ôm ấp hằng đêm, nửa muốn Uyên trở về với gia đình. Tình cảm của tôi với Uyên chỉ bắt nguồn từ xác thịt, tôi luôn bứt rứt sau khi thân xác đã no đủ. Phải làm sao đây? Tôi thở dài,

"Cháu liều quá."

Uyên trườn người áp sát môi vào tai tôi, trìu mến,

"Tại cháu yêu chú, yêu hơn cả yêu bản thân. Chú tin không?"

Tôi vươn hai bàn tay ôm mặt Uyên,

"Chú tin. Nhưng mà…"

Uyên ngắc lời tôi,

"Không nhưng nhị gì hết, cháu sẽ không rời chú một bước kể từ hôm nay. Đừng khuyên nhủ nữa, vô ích thôi. Cháu biết chú chưa yêu cháu, nhưng rồi sẽ yêu. Chú quên cháu từng nói với chú như thế rồi à? Cháu đợi một ngày nào đó lời này được bật ra, 'chú yêu cháu'."

Tôi chép miệng,

"Chưa thấy ai lì như cháu!"

Uyên cười thành tiếng,

"Hahaha... Không lì làm sao giữ được chú."

Như dự tính, Uyên ghi danh học lại. Thành phố này rộng, đông dân, qui tụ nhiều sắc tộc, các đại học ở đây lớn và đa dạng, đủ mọi phân khoa, giáo sư nổi tiếng. Uyên dồn các tiết học vào buổi sáng, chiều vào thương xá phụ bán quần áo, mỹ phẩm, giày dép, túi bóp....trong một *beauty shop* đông khách. Thu nhập chung đủ giải quyết vấn đề kinh tế.

Từ ngày có Uyên cuộc sống của tôi thay đổi theo chiều hướng tích cực. Nhiều vấn đề rất đơn giản, vậy mà tôi không nghĩ ra, chả hạn thay vì đến bữa tôi phải xuống phố vào hàng ăn, nay Uyên hợp đồng với một đồng hương nấu cơm tháng, ngày ba bữa mang đến tận phòng. Món ăn Việt gia giảm mặn nhạt theo khẩu vị gia chủ và thay đổi hàng ngày. Dọn dẹp nhà cửa cũng do người này kiêm nhiệm, tuần hai lần đến quét dọn, lau chùi sạch tinh tươm từ phòng ngoài đến *restroom* và thu gom quần áo bẩn mang về giặt. Tính ra ít tốn kém hơn nhiều so với lúc còn cơm hàng cháo chợ. Tôi dành toàn thời gian cho sáng tác, Uyên chuyên cần đến lớp và yên tâm đi làm ngoài giờ. Nhìn bề ngoài, chúng tôi có vẻ hạnh phúc chả khác gì một cặp uyên ương tâm đầu ý hợp. Chỉ tôi tự biết mình không mấy thoải mái, vẫn luôn tự bỉ, mặc cảm có lỗi với Uyên luôn dày vò. Thục như bóng ma luôn bám theo. Trong đầu, trong tim tôi, Thục luôn hiện diện, nhất là mỗi khi bất chợt nhìn hoặc nghe thấy một câu chuyện, một câu nói ít nhiều liên quan đến Thục. Trước đây, khi Uyên chưa đến, Thục vẫn có trong tôi, song vì không đối tượng gợi khơi nên hình ảnh Thục không làm tôi khổ sở như bây giờ. Bây giờ, Uyên không khác tấm gương lúc nào cũng hiển hiện Thục rõ nét. Đã nhiều lần tự hỏi, sao tôi yêu Thục cuồng si và mù quáng đến vậy? Xét mọi mặt, Uyên nào thua kém Thục, trái lại Uyên có lợi thế vượt trội là tuổi trẻ và sự trong trắng của một cô gái lần đầu biết yêu. Tình yêu, quả thực như người ta nói, không giải thích bằng luận lý thường tình. Tình yêu, con ngựa bất kham chẳng kỵ mã nào khuất phục nổi. Tôi yêu Thục, không ai thay thế được.

Chiều nay người đưa cơm nghỉ một buổi theo yêu cầu của tôi và Uyên. Sau giờ làm Uyên sẽ về cùng đi ăn tiệm. Đây là thông lệ cuối tuần chúng tôi ngầm qui định bao tháng nay. Nhìn đồng hồ, sắp đến giờ, tôi thu dọn sơn, cọ cùng những vật dụng linh tinh và vào *restroom* tắm rửa, thay quần áo sạch. Uyên về không lâu sau đó.

Chúng tôi rời nhà khi nắng tắt, buổi tối đang lên. Như mọi thành phố khác thuộc tiểu bang này, dù đang mùa hè khí trời cũng đột ngột chớm lạnh khi đêm bắt đầu làm chủ. Uyên nói,

"Sao chú không mặc áo ấm, lát về lạnh lắm đấy."

Tôi nói,

"Cái *jacket* này đủ ấm rồi."

Trên xe, Uyên hỏi,

"Hôm nay chú định ăn ở đâu?"

"Món Huế ở VD nhé?"

"Tùy chú," – Uyên cười – "cháu chỉ ăn theo."

Quán nhỏ, độ sáu bàn. Chủ nhân là một trung niên, theo lời tự khai, ông ta sinh ra tại thôn Vỹ Dạ thuộc đất Thần kinh xưa. Thỉnh thoảng để giúp vui ông ta thường độc diễn một màn hò Huế bằng chất giọng đặt sệt Huế, lên bổng xuống trầm, từ nào cũng đánh dấu nặng! Nghe rất vui tai. Có lẽ nhờ vậy quán lúc nào cũng đông. Nhiều lúc phải ngồi ngoài hành lang chờ, có khi trên dưới nửa tiếng.

Trung niên đến bàn tôi với cuốn sổ và cây bút, tươi cười,

"Các vị dùng chi?"

Tôi nói với Uyên,

"Cháu gọi đi."

Trung niên nhìn Uyên,

"Ông có cô cháu đẹp quá."

Tôi nói,

"Cảm ơn."

Uyên *order* thức ăn và nước uống. Đợi trung niên trở lại quầy, tôi trêu,

"Được khen, thích nhé."

Uyên bĩu môi,

"Không thèm, chỉ chú khen cơ, cháu mới thích. Thế mà cháu đợi mãi, chả bao giờ chú khen!"

Tôi đánh trống lảng,

"Ông chủ khéo nịnh, chắc nhờ vậy đắt khách."

Uyên nhìn tôi tình tứ,

"Cháu đẹp thật chứ bộ."

Trung niên và Uyên không nói sai, Uyên đẹp, cái đẹp mạnh khỏe, gọi kêu chăn gối. Nhìn Uyên, ôm trong tay, hôn lên vành môi mọng, vày vò bầu ngực căng, vuốt ve gò tình no tròn... mới cảm nhận hết vẻ đẹp và quyến rũ của người con gái này.

Uyên bỗng kéo tôi về thực tại, nhắc việc đầu tuần sau mẹ Uyên sẽ đến. Từ lúc biết chuyện, tôi không ngừng âu lo. Gặp mặt đã bẽ bàng, còn phải tiếp chuyện. Biết hành xử thế nào đây? Uyên hiểu tâm trạng tôi, trấn an,

"Chú đừng nói nhiều, mọi chuyện để cháu."

"Cháu sẽ nói gì?"

"Lặp lại điều đã nói nhiều lần, cháu trưởng thành từ lâu, cháu yêu chú, quyết định sống với chú, không ai lay chuyển được cháu."

"Mẹ cháu sẽ bù lu bù loa."

"Rốt cục vẫn phải chiều theo cháu, rồi chú xem."

Uyên nói đúng, mẹ Uyên đến, ban đầu bà ấy làm dữ, rủa sả tôi không tiếc lời, kết tội tôi đã bất kể luân thường đạo lý, chà đạp lên truyền thống lễ nghĩa, mồi chài một đứa con gái đáng tuổi con cháu. Nếu còn là người thì hãy trả Uyên về với gia đình. Nhưng Uyên đã rất quyết liệt bênh vực tôi, nhận mọi tội lỗi, nếu xem việc này là tội lỗi, đều do Uyên gây nên. Uyên quyến rũ tôi, bám theo tôi đến tiểu bang này.

Cuối cùng, "đất không sợ trời...", thôi thì!

Mẹ Uyên không kéo được con "qui cố hương", bà ấy ra về với nỗi thất vọng ê chề.

Khi tiễn mẹ lên phi cơ, Uyên cầm tay mẹ, rung rưng,

"Con xin lỗi, mong ba mẹ hiểu, con yêu chú, tự nguyền suốt đời này sẽ không rời chú, ý con đã quyết, xin ba mẹ tha thứ và cảm thông."

Lòng tôi không yên, nhưng biết sẽ không làm được gì.

Tôi chuẩn bị cho triển lãm kế tiếp, bốn mươi bức tranh đã hoàn tất. Loạt tranh lần này có chủ đề "Tình", được nhìn dưới góc cạnh tiêu cực, trần tục, phẫn hận, buồn khổ... Tại sao tiêu cực? Bỏ nơi đã sống ba mươi năm, nơi tôi thuộc từng con đường, từng góc phố, từng chất chồng trong đầu, trong tim bao nhiêu kỷ niệm để ra đi. Làm sao tiếp tục sống trên mảnh đất đầy ắp ký ức này khi điểm tựa giúp tôi đứng vững đã rời bỏ tôi? Ra đi, đến nơi khác, tưởng yên, nhưng lại phải trốn chạy một lần nữa cũng vì bất trắc xuất phát từ tình yêu! Qua hai biến cố trên chủ đề "Tình" manh nha và hình thành qua những bức tranh lần lượt ra đời. Tôi biết, sẽ còn vẽ nhiều, rất nhiều, những bức tranh liên quan đến đề tài này, nhưng tôi hy vọng sẽ vẽ trong một tâm thế khác, bằng một góc nhìn khác, bao dung hơn, nhẹ nhàng hơn, thoải mái hơn, thơ mộng hơn, bởi chưng "tình" đâu chỉ giới hạn trong hận thù, buồn đau, chia tan, dối gian, giả ngụy…?

Nhìn thành quả của nửa năm miệt mài làm việc, tôi hài lòng. Uyên góp phần không nhỏ vào thành quả này. Những đêm cùng thức khuya bàn luận sôi nổi về màu chủ đạo sao cho phù hợp với nội dung, về chọn lựa một hình ảnh, một biểu tượng mạnh mẽ nhất nhằm làm rõ, khơi gợi trong lòng người xem một cách hiệu quả mong muốn của tác giả... Lạ một điều, dù thế, tình cảm của tôi dành cho Uyên chả có gì ngoài những rung động đẫm ướt nhục dục, vắng bóng sự thơ mộng, lãng mạn cần thiết để duy trì, nuôi nấng quan hệ giữa một người nam và một người nữ! Tại sao? Tôi không biết. Chỉ biết mỗi lần nghĩ đến hai từ "tình yêu" là lập tức hình ảnh Thục hiện về. Chỉ Thục mà không ai khác. Phải chăng năm năm bên nhau đã hình thành trong tôi một thói quen? Nói cách khác, tôi đã bị điều kiện hóa. Tôi như con chó của Pavlov, tự động ứa nước bọt khi nghe tiếng chuông! Bài học những năm đầu trung học xem chừng đúng?

Nhưng vài tháng gần đây, qua săn sóc ân cần của Uyên, tôi dần không còn luôn nghĩ đến Thục. Cũng phải chăng tôi bắt đầu nhìn dĩ vãng qua lăng kính khác, trầm tĩnh hơn, loại trừ dần cảm tính. Lại một thói quen mới khởi sự hình thành?

Uyên đi làm về, bước nhanh đến ôm tôi, hôn sâu,

"Lạ ghê, dù hàng ngày trông thấy nhau, vậy mà suốt đường về cháu không ngừng nghĩ về chú, tưởng tượng chú đang làm gì, thấy yêu chú dễ sợ."

"Xạo quá cô bé."

"Thực mà."

"Thôi đi tắm rồi ra ăn cơm, họ vừa mang cơm tới."

Uyên hôn tôi một lần nữa trước khi đến tủ quần áo lục tìm, mang chiếc váy ngủ vào *restroom.*

Cơm nước xong tôi lại ngay giá vẽ, cố gắng hoàn tất bức tranh trước khi đi ngủ. Uyên kéo ghế ngồi bên cạnh xem tôi vẽ. Khuya, tôi phải giục mấy lần Uyên mới chịu vào giường, nhưng cả giờ sau, tiếng trở mình vẫn vang nhẹ liên tục. Biết Uyên còn thức, tôi hỏi,

"Sao cháu chưa ngủ?"

"Cháu đợi chú."

"Ngủ đi, mai phải dậy sớm đi học."

"Không ôm chú làm sao cháu ngủ được."

Tôi nhấn nhát sơn cuối cùng rồi ném cây cọ vào thau nước ngâm,

"Xong rồi, chú vào đây."

Uyên giang hai tay đón tôi,

"Được ôm chú, cháu ngủ ngay."

Đêm vừa chuyển sang ngày mới, căn phòng chỉ một cửa sổ nhìn ra hãng chế biến thủy sản bên kia đường, bầu trời rựng sáng từ dưới, phần tiếp giáp với những mái nhà, cao ốc do ánh đèn đường tỏa lên. Mùa hè không gian có vẻ trong hơn, trời đầy sao. Trong vòng tay tôi Uyên vẫn trong tư thế cuộn tròn như con cuốn chiếu cố hữu, hai trái vú đổ nghiêng nằng nặng trên ngực tôi. Theo thói quen, bàn tay tôi choàng qua mân mê một đỉnh hồng, sự mềm mại, âm ấm gây cảm giác dễ chịu. Thỉnh thoảng Uyên cựa mình, miệng phát ra tiếng ậm ự nho nhỏ biểu tỏ hài mãn. Bình thường Uyên đi dần vào giấc ngủ khi được tôi "ru" bằng cách này, nhưng hôm nay đã hàng giờ trôi qua vẫn thấy Uyên còn thức, tôi hỏi,

"Hình như cháu có tâm sự gì?"

Uyên ngước nhìn tôi thực lâu,

"Chú nè."

"Nói đi."

"Cháu… cháu… tắt kinh gần một tháng rồi."

"Có vấn đề gì chăng, mai cháu đi bác sĩ xem sao."

Uyên ngập ngừng,

"Cháu nghi mình có thai."

Tôi bỏ tay ra, nhích người xa một tí, ngạc nhiên,

"Có thai? Cháu vẫn uống thuốc mà."

"Cháu… bỏ uống hơn tháng rồi."

"Sao vậy?"

"Tại… cháu muốn… có con!"

Câu trả lời gây cho tôi sự bất ngờ đến bàng hoàng. Tôi im lặng một lúc lâu rồi hỏi Uyên, câu hỏi xem chừng có vẻ thừa,

"Cháu muốn thực ư?"

"Dạ."

Uyên chồm lên người tôi,

"Chú không muốn phải không?"

Trong giọng nói của Uyên có nỗi tủi thân khiến tôi lúng túng,

"Chú… cũng muốn… nhưng mà..."

Uyên ngắt lời tôi, giọng rưng rưng,

"Cháu biết tận thâm sâu lòng chú, chú vẫn xem cuộc sống chung hiện tại là tạm bợ. Cháu yêu chú, ngay từ đầu cháu đã nói, không do bốc đồng nhất thời, mà là thực sự cháu muốn sống với chú trọn đời, cháu hy vọng suy nghĩ của chú sẽ thay đổi nếu chúng ta có con. "

Nghe Uyên nói, nghĩ đến mỗi lần ân ái, tôi như mèo thấy mỡ, vồ vập, sôi nổi. Ngược lại, hầu như mọi chuyện khác tôi không mấy mặn mà. Uyên nhận xét đúng, trong đầu tôi luôn nghĩ, rồi sẽ có một ngày Uyên trở về với gia đình. Bọn trẻ bây giờ xem việc sống chung với một người đàn ông như ăn thử một món lạ, chán, đổi món khác, giản dị thế thôi. Chính ý nghĩ này, cộng thêm chênh lệch tuổi tác khiến tôi chưa từng nghĩ Uyên sẽ là người tình, theo nghĩa, đó là người đàn bà đã và sẽ cùng tôi chia ngọt sẻ bùi, cả tinh thần lẫn thể xác. Nhưng với Uyên hình như không phải thế? Bất giác tôi nghiêng người ôm Uyên, hôn sâu đôi môi vừa thốt ra những rưng rưng vừa rồi, như một lời xin lỗi. Uyên áp má sát ngực tôi, nhỏ giọng,

"Chú đừng buồn cháu nghe."

"Sao lại buồn, trái lại, chú vui lắm."

Uyên siết chặt vòng ôm,

"Chú nói thật chứ?"

Biến cố đột ngột quá, nhất thời, tôi thực tình không rõ lòng mình thế nào, tuy nhiên, không muốn làm tổn thương Uyên, tôi quả quyết,

"Thật mà."

Uyên cười tươi,

"Cháu vui lắm."

Để chứng minh niềm vui là có thực, Uyên phủ trên người

tôi hôn môi, trườn dần xuống, hôn cổ, ngực, bụng, vùng nhạy cảm..., rồi ngồi xổm dậy,

"*I want to make love*."

Tôi vươn hai bàn tay xoa nắn cặp ngực no căng,

"*Yes, uncle too, baby*."

*

Thời kỳ ớn cơm tanh cá rồi cũng qua, đến tháng thứ tư bụng Uyên đã nhô cao, thân thể đẫy đà, hai bầu ngực cũng tăng trưởng hơn bình thường. Tình cảm của tôi cho Uyên tỷ lệ thuận với bào thai đã tượng hình và hoàn chỉnh từng ngày. Hình ảnh Thục không còn quay quắt trong tôi, mỗi lần nghĩ nhớ trái tim tôi vẫn đau, tuy nhiên không dữ dội như buổi đầu. Tôi sợ một ngày nào Thục sẽ chỉ còn là bóng mây sẽ nhòa vào màu trời đêm đang lên. Thay vào đó là những bận rộn, lo toan cho thai nhi nằm trong bụng Uyên, giọt máu của tôi, sinh linh sẽ chào đời, sẽ gọi tôi bằng cha, gọi Uyên bằng mẹ. Cũng có nghĩa sợi dây này sẽ nối kết tôi và Uyên thành một cặp. Vợ chồng? Hai từ này vang trong tâm hồn tôi hàng đêm khi nhìn Uyên trong tư thế cố hữu, cuộn tròn như con cuốn chiếu, gò bụng nhô cao, hai bầu vú nặng hơn trên ngực tôi, đôi mắt khép, hơi thở đều, nhẹ, Uyên đang chìm sâu trong giấc ngủ êm đềm. Vợ chồng? Từng miếng ăn, từng bước chân đi của Uyên tôi chẳng thể lơ là như xưa được nữa, không chỉ vì sức khỏe và sự an toàn của Uyên mà còn vì đứa bé sẽ cất tiếng khóc chào đời một ngày không xa. Vợ chồng? Tôi cho có lẽ kết luận này chưa hoàn chỉnh, hẳn còn thiếu nhiều yếu tố nữa. Tuy vậy, trong tôi hình thành một trọng trách trước đó tôi chưa từng nghĩ tới, là bảo vệ sự bình yên của mẹ con Uyên. Mong đừng bao giờ chuyện không may đến với họ. Điều này không có nghĩa tôi đã yêu Uyên, muốn Uyên trở thành vợ, song trong tâm tôi định kiến Uyên chỉ là một thiếu nữ thời thượng, muốn tìm cảm giác lạ với môt người đàn ông đáng tuổi cha chú đã không còn. Uyên yêu tôi thật, mong có con để cùng tôi ăn đời ở kiếp. Tôi tin điều đó với nhiều ái ngại, tôi chưa từng nghĩ sẽ làm chồng, làm cha. Thực ra, dù đã không còn định kiến, nhưng tôi vẫn chưa xem Uyên như người yêu! Tình yêu phải xuất phát từ trái tim. Chưa vơi hình ảnh Thục trong tim tôi, dù hình ảnh ấy đã phần nào nhạt nhòa, còn chỗ đâu cho ai khác! Huống nữa, tuổi tác giữa tôi và Uyên quá chênh lệch, quan hệ như bây giờ thì không sao, song khi thành vợ chồng, so le này dần dà trở thành chướng ngại. Tôi đủ tỉnh táo để tiên đoán mọi bất trắc.

Uyên từ *Beauty shop* về, vừa mở cửa bước vào, đã vất chiếc túi đeo vai lên giường, ngã sấp xuống nệm,

"Chú ơi, bóp chân cho cháu một tí, đứng cả buổi, mỏi nhừ."

Tôi nói,

"Vào tắm rửa đi đã, ra chú *massage* cho."

Uyên vùng dậy, nói như reo,

"Thích quá, chú *massage*."

Uyên đi nhanh vào *restroom*, một lát trở ra. Chiếc váy ngủ ngắn, mỏng, Uyên không mặc đồ lót, chập chờn nửa kín nửa hở những chỗ cần che, tôi nhìn, không khỏi nóng mặt. Uyên lại ngã người xuống nệm. Một cách thật tự nhiên, Uyên cởi phăng chiếc váy ngủ vất sang bên, phơi thân thể trắng muốt trên mặt nệm. Uyên xoay người nằm sấp. Tôi leo lên gường, quì hai bên người Uyên bắt đầu bóp từ hai vai dần đến hai mông, tôi bóp, nhồi nhẹ nhàng, Uyên rên khẽ,

"Ườm… Chú..."

Tôi cúi xuống rà lưỡi khắp hai mông tròn, lật Uyên ngửa người, lăn lưỡi kín bụng, leo trên đồi cao, bò vào hang động ẩm ướt,

"Chú ơi... cháu... cháu..."

"Cháu làm sao?"

Uyên vươn hai tay ấn đầu tôi vào vị trí cũ,

"*More... more... Uncle eat... I like...*"

Tôi chấp hành tận tụy yêu cầu của Uyên. Hưng phấn dâng cao, tôi cởi nhanh quần áo, phủ lên người Uyên. Không khác mọi lần, chúng tôi như hai con thú đến mùa động cỡn, dán vào nhau, vồ vập, mặc đêm đang xuống, bóng tối dần đậm, căn phòng, kể cả tôi và Uyên, trở nên nhập nhòa, hư ảo. Mọi âm thanh thường nhật của thành phố cũng dường lùi xa, chỉ nghe rõ tiếng môi lưỡi, tiếng rên, tiếng nhóp nhép,

"Chú... Cháu yêu chú..."

Tôi im lặng, đều nhịp. Uyên nhỏ giọng,

"Mạnh đi chú... Mạnh nữa... *I like*..."

Tàn cuộc, tôi ngã vật sang bên, một lát, tôi nói,

"Mình chưa ăn cơm."

Uyên ôm tôi như muốn không rời, cười,

"Ăn nhau, càng ăn càng đói. Cháu đói run người"

"Cháu dậy bật đèn, dọn cơm."

Uyên làm theo lời tôi. Ánh diện bùng sáng tắm trên thân thể Uyên màu trắng nhờ. Vẫn chưa mặc đồ, Uyên thản nhiên tới lui, làm việc, hai trái vú đong đưa, mông nung núc, vùng nhạy cảm vồng cao rậm cỏ. Tôi nói,

"Trông cháu ngon quá."

Uyên đùa,

"Lát cháu cho chú ăn nữa."

"Trời, sức voi à?"

"Cho đáng kiếp, ai biểu lấy vợ trẻ."

Uyên mang từng món từ cặp lồng người đàn bà nấu cơm tháng mang tới hồi chiều đặt ở góc phòng, hâm nóng bằng *microwave*, rồi dọn ra bàn. Uyên gọi tôi khi đã sửa soạn xong,

"Đến ăn chú"

Bữa cơm không có gì đặc biệt nhưng hôm nay ngon lạ. Cả hai đều ăn nhiều. Có lẽ vì đói.

Dọn dẹp xong Uyên nói với tôi.

"Ra *balcon* cho mát, cháu có chuyện cần bàn với chú."

Công ty chế biến thủy sản bên kia đường sáng đèn, bốn dãy nhà dài kín cửa, tôi đoán phía trong là nơi chế biến cá, tôm, mực... với bàn dài chính giữa, hai bên hai hàng công nhân đứng kề nhau. Bàn có trục lăn, thủy sản chạy đến trước mặt, công nhân chỉ việc bốc, xẻ, cắt theo qui định, xong bỏ vào giỏ bên cạnh, đầy, sẽ có người đến thu gom. Giỏ trống lại sẽ đầy... Cứ thế, suốt ca, hết giờ ca khác đến thay, nhà máy hoạt động liên tục, không kể ngày đêm.

Uyên nói,

"Trưa nay cháu gọi cho mẹ, báo bà biết cháu đã có thai."

Tôi nôn nóng,

"Mẹ nói sao?"

"Mẹ la sao con bất cẩn vậy, có con, mai mốt làm sao lấy chồng. Cháu nói con đã có chồng, còn lấy ai nữa. Mẹ nói, con điên à, muốn lấy chú thực ư?"

Uyên cười, níu tay tôi,

"Cháu đâu có điên, cháu yêu chú mà. Lấy được người mình yêu, hạnh phúc nào bằng."

Lê Hải Triều

Tôi hỏi,

"Rốt cục ý mẹ thế nào?"

Uyên có vẻ vui,

"Lời qua tiếng lại một hồi thấy ý cháu đã quyết, mẹ đành nhượng bộ, bà hỏi được nhiêu tháng rồi, cháu bảo bốn tháng, đã siêu âm, con gái. Mẹ hỏi có cần giúp đỡ gì không? Cháu nói bọn con tự lo được. Mẹ nói sẽ báo ba biết, chắc ba nổi trận lôi đình, nhưng mẹ sẽ lựa lời phân tích thiệt hơn, chắc rồi cũng xong."

Tôi thở phào nhẹ nhõm. Bốn tháng nay tôi băn khoăn mãi sẽ ăn nói nói thế nào đây với vợ chồng người bạn. Bây giờ, qua tin của Uyên, mối lo kia giảm nhẹ. Tuy vậy tôi vẫn có cảm giác lấn cấn thế nào. Có vợ trẻ đẹp ở vào tuổi này, có con gái sẽ nhiều phần giống mẹ, tôi đoán thế, cũng nhan sắc mặn mòi mai sau. Tôi vui, song niềm vui không trọn. Tôi có cảm giác tựa vừa nhặt được món đồ đáng giá, nhưng soát lại hành trang, phát hiện đã mất một kỷ vật giá trị gấp bội. Khi Uyên chưa có thai, tôi vẫn nghĩ rồi cũng đến lúc Uyên chán trò chơi ái tình phiêu lưu lãng mạn, sẽ trở về với gia đình, trở về với cuộc sống bình thường. Nghĩa là sẽ ra trường, sẽ gặp một chàng trai cùng trang lứa… cuộc đời Uyên sẽ trôi theo hướng tất yếu như bao cuộc đời bình yên khác. Còn tôi, tuy Thục đã ra ngoài tầm tay, nhưng biết đâu, phải, biết đâu, châu về hợp phố. Tôi vẫn yêu Thục, một thứ tình yêu không phân giải được bằng luận cứ hợp lý. Tận đáy lòng, tôi vẫn nuôi hy vọng sẽ có ngày cùng Thục nối lại duyên xưa.

Nối lại duyên xưa! Chuyện cực kỳ vô lý, tôi biết hơn ai hết điều đó, nhưng lạ lùng thay, nó vẫn canh cánh trong lòng, vẫn như lực cản khiến trái tim tôi không thể dung chứa kẻ nào khác ngoài Thục. Uyên trẻ đẹp, bản chất tuyệt hảo, sẽ vô cùng hạnh phúc nếu có Uyên làm bạn đồng hành trong cuộc đời, vậy mà tôi không cảm thấy thế.

Dưới đường bọn gái ăn sương đã tụ lại, tiếng nói cười, chửi thề thô tục vang động cả góc phố, mùi thuốc lá quyện với mùi nước hoa bay lên sộc vào mũi.

Trước đây cư dân vùng này đã phàn nàn với *Police Department* sở tại nhưng chỉ dẹp được một thời gian ngắn, đâu lại hoàn đó. Cảnh sát bất lực, cư dân ngao ngán. Thôi thì mặc! Tôi dìu Uyên vào phòng, đóng cửa, ngăn tiếng ồn cùng mùi thuốc lá và nước hoa rẻ tiền nực nồng. Uyên nói,

"Nghĩ tội nghiệp bọn họ."

"Số mệnh cả cháu ạ. *Bắt phong trần phải phong trần, cho thanh cao mới được phần thanh cao.* Tác giả cuốn thơ nổi tiếng nhất của Việt Nam đã bảo thế."

Tôi đến trước giá vẽ định làm việc, Uyên níu tay tôi,

"Hôm nay nghỉ vẽ một bữa. Cháu muốn đi xem phim."

Đã lâu không ra ngoài, thâm tâm tôi cũng muốn thay đổi không khí, nên tán thành ngay,

"*Ok*, nhưng tuần này có phim nào hay?

"Phim *Now You See Me*, cháu đọc báo thấy họ ca tụng dữ quá."

Tôi nhìn đồng hồ,

"*Ok*, mình sẽ xem xuất chót, chín giờ."

Uyên hí hửng trang điểm, thay quần áo đẹp. Tôi nói,

"Đi xem phim chứ có phải đi dự tiệc đâu, cháu sửa soạn kỹ thế."

"Lâu lâu được ra ngoài với chú mà."

Buổi tối khí trời dễ chịu, chúng tôi vào trung tâm thành phố. Những cao ốc vươn lên nền trời đêm, những cửa hàng sáng rỡ ánh đèn, dưới lòng đường xe cộ nối đuôi, trên vỉa hè bộ hành tấp nập. Hoạt cảnh về đêm sinh động, nhiều màu sắc. Tôi nói,

"Mình ở rìa ngoại ô nên yên tĩnh, không như nơi này."

Uyên hỏi,

"Chú thích nơi nào hơn?"

"Dĩ nhiên chỗ mình đang ở."

"*Me too*, chỉ hơi bất tiện, xa trường học và chỗ làm, nhưng chả sao, đi riết cũng quen."

Phim khá hay, những cảnh ảo thuật đường phố ngoạn mục. Đạo diễn đã khéo pha trộn giữa giả và thực khiến người xem đi từ bất ngờ này đến bất ngờ khác. Có lẽ đó là sức hút của phim. Vãn hát, ra khỏi rạp, Uyên nói,

"Cháu muốn vào *Chinatown* ăn mì vịt tiềm."

"Ừ nhỉ, nghe cháu nói chú nhớ tiệm La Cai ở Sài Gòn, nổi tiếng nhờ món này. Từ ngày qua Mỹ chú chưa ăn lại lần nào."

Tiệm nằm đầu con dốc, đông khách, đa số người Á Châu, chủ lực là Trung Hoa, Việt Nam, vài người Mã Lai hay Thái Lan và Lào, tôi đoán thế qua trang phục, vài cặp nữa Mỹ Tàu hoặc Mỹ Việt. Tôi mỉm cười,

"Các anh Mỹ này chắc húp nước mắm xì dầu quéo lưỡi!"

"Cháu nghe nói nhiều anh ghiền nặng nữa cơ."

Tôi bật cười thành tiếng,

"Hahaha… Nhưng đa số không chịu nổi mùi thơm tho của mắm nêm. Hồi còn ở C chú đọc một bài báo viết, có gia đình Việt Nam nấu bún riêu, mùi mắm nêm nực nồng cả khu phố, chị hàng xóm người Mỹ gọi 911 báo cáo nhà bên cạnh toát ra mùi xác chết. Xe cứu hỏa, cứu thương chớp đèn, hụ còi chạy đến, náo động cả một vùng."

"Cũng lạ, mùi nước mắm, mắm tôm, sầu riêng chúng ta khen thơm, người phương Tây bảo thúi."

Tôi nhún vai,

"Cái này các nhà ngâm cứu xã hội gọi là "văn hóa ẩm thực". Trong các ngâm cứu họ còn đi xa hơn, cho rằng có những nền văn hóa nhân bản, văn minh, ngược lại không thiếu các nền văn hóa hủ lậu, bán khai. Ví dụ một số nước Á Châu coi thịt chó là món ngon, phương Tây lại cho ăn thịt chó là dã man. Người bênh bảo chó cũng là một loại gia cầm, sao ta ăn bò, heo, gà vịt được, mà chó thì không? Kẻ chống cho chó là con vật thân gần với con người, khôn ngoan và tuyệt đối trung thành, ăn thịt chó chả khác gì ăn thịt đồng loại, mọi rợ!"

Như hầu hết nhà hàng Tàu ở mọi nơi trên trái đất này, đinh tai tiếng nói cười, chát chúa tiếng chặt thịt dưới bếp vang lên. Có lẽ đây là cách tiếp thị hiệu quả đặc trưng ba Tàu, tiếng chặt thịt cố tình gây âm thanh nhằm tăng sự thèm ăn của thực khách.

Trong lúc chờ người phục vụ mang món mì vịt tiềm đến, Uyên hào hứng về cái bào thai trong bụng, và những dự phóng tương lai. Uyên nói,

"Mẹ bảo bọn mình hãy *move* về gần nhà để bà tiện việc thăm viếng, giúp đỡ nếu chúng ta cần, cháu nói tự lo được, ở đâu quen đó, giờ *move,* ngại quá. Mẹ lo cháu ăn chưa no lo chưa tới, chú thì chả chút kinh nghiệm, làm sao nuôi nấng, chăm lo cho *baby*. Buồn cười ghê, mẹ làm như cháu mới bảy tám tuổi!"

"Bà ấy lo không phải không đúng, quả thực chúng ta hoàn toàn thiếu kinh nghiệm."

"Ý chú mình nên *move* về gần mẹ?"

"Không, chú chỉ nói thế thôi. Mai chú ra *bookstore* tìm mua loại sách dạy nuôi con, có cả *video* chỉ dẫn bằng hình ảnh."

"Đúng thế, ngày nay cái gì cũng có sách vở, *video* ghi hình chỉ dẫn cặn kẽ, chính xác và khoa học."

Người phục vụ mang ra hai tô mì vịt tiềm bốc khói. Những sợi mì vàng nghệ, bẹ cải xanh, đùi vịt nâu sậm, nước lẩu váng mỡ, hành hoa rải kín mặt… Trông bát mì, tôi cảm thấy cái đói cồn cào. Ăn xong Uyên hỏi tôi,

"Chú thấy thế nào, ngon hơn mì gì đó của chú chứ?"

Tôi nói,

"Không so sánh được, ngon dở ở đây thuộc cảm tính, món ngày xưa ngon vì nó là kỷ niệm, chở theo nó bao nhiêu ký ức buồn vui. Chú nhớ vài năm trước về Việt Nam, nhờ một người bạn đèo ra bến Bạch Đằng ăn món đu đủ bào bò khô chan tương ớt. Trong ký ức chú, món này ngon nhức răng. Thế nhưng vẫn món ấy, vẫn phẩm chất xưa, chú không còn thấy ngon nữa. Suy ra cái ngon trong hồi tưởng thuộc cảm tính. Lấy thước nào đo được thấp cao?"

Chúng tôi về đến nhà đêm đã ngả sang ngày mới. Bọn gái ăn sương không còn. Phố vắng. Những chiếc xe đậu ngay hàng trong khu *parking* phía trước bốn dãy nhà dài của hãng chế biến hải sản nhòa trong sương. Hai xe đậu ngoan sau lằn sơn trắng ngoài ngã tư chờ đèn xanh. Uyên choàng tay tôi cùng lên thang lầu. Khí trời nửa đêm về sáng gây lạnh, Uyên ngả đầu vào vai tôi, nói,

"Lành lạnh thế này lát nữa ôm chú ngủ, thích ghê."

Chúng tôi thay nhau làm vệ sinh trước khi vào giường. Trong vòng tay tôi, vẫn như bao giờ, Uyên khỏa thân, cuộn tròn, hai bầu vú nằng nặng trên ngực, Uyên thủ thỉ,

"Ru cháu ngủ đi."

Tôi vòng tay qua xe xe núm vú cương mọng, giờ không còn hồng mà đã chuyển sang màu nâu với quầng tròn bên dưới cùng màu nhạt hơn. Tôi nói,

"Vú cháu càng ngày càng lớn, sữa nhiều phải biết, *baby* tha hồ bú."

Uyên cười khúc khích,

"E không đủ cho *baby*."

"Hai bình vĩ đại thế này mà không đủ à?"

Uyên dụi đầu vào ngực tôi,

"Cháu sợ ba nó bú hết."

"À..."

Tôi cúi ngậm một bầu vú,

"Vậy chú bú trước, mai mốt khỏi giành với *baby*."

*

Tôi ra khỏi giấc ngủ. Uyên còn ngon giấc, hơi thở đều, đôi mắt nhắm, khuôn mặt mang nét bình yên. Uyên nằm ngửa, dạng rộng chân thoải mái, gò bụng no căng lên xuống chậm theo nhịp thở. Tôi ngồi dậy, kéo tấm ra mỏng đắp kín người Uyên rồi bỏ chân xuống sàn tìm đôi dép vải, vào *restroom*. Sau khi đã làm vệ sinh, tắm, tôi ra pha cà phê, nướng hai lát bánh mì. Tôi ăn chậm bữa điểm tâm thanh đạm. Vừa nhấm nháp vị đắng của chất nước màu nâu còn ấm nóng vừa ngắm bức tranh sắp hoàn tất. Tôi tự nhủ phải *finish* sáng nay để bắt tay vào tác phẩm mới đã manh nha trong đầu từ tối qua, khi nhìn gò bụng vun cao của Uyên. Tác phẩm sẽ có một cái nhan mộc mạc, "Con yêu", tôi sẽ vẽ Uyên ngồi trên giường, khỏa thân, chân thòng xuống sàn, hai tay ôm bụng bầu, cúi nhìn bằng ánh mắt trìu mến. Uyên ngồi hơi nghiêng, hai bầu vú lớn no sữa, bụng căng bóng, hạ thể ẩn hiện sau lớp chăn màu trắng vắt ngang. Bức tranh sẽ được tôi thể hiện bằng phong cách tân cổ điển, *neoclassicism*. Có lẽ sẽ tốn nhiều thời gian, nhưng chỉ bằng phong cách này tôi mới có thể ghi lại trung thực hình ảnh Uyên với cái bụng bầu, để sau này con gái trưởng thành, dễ dàng hình dung được giai đoạn nó đang từng ngày hoàn thiện hình hài trong bụng mẹ.

Uyên đã dậy, đến sau lưng ôm tôi, hỏi,

"Chú đang nghĩ gì mà thừ người ra thế?"

Tôi nói ý định của mình, Uyên reo lên,

"Thích quá. Bao giờ chú bắt đầu?"

Tôi hất hàm về phía giá vẽ,

"Chú sẽ *finish* bức tranh kia rồi thực hiện ngay."

"Nghe chú nói, cháu nôn nóng muốn được thấy tác phẩm."

Tôi cười,

"Từ lúc bắt đầu đến khi hoàn tất chí ít cũng trên mươi ngày."

"Lâu vậy, cháu thấy có bao giờ chú vẽ một bức tranh quá hai ngày đâu."

"Nhưng lần này chú muốn thực hiện qua phong cách tân cổ điển, tỉa tót như thực. Muốn thế cần nhiều thời gian."

"Cháu hiểu rồi. Vậy thì tranh phải có kích cỡ lớn xem mới đã."

"Đúng thế, chú cháu mình đến *Art Supplay* mua tấm bố lớn."

"Vậy đợi cháu một tí."

Uyên thay đồ, trang điểm nhanh. Nhìn chiếc váy nâu nhạt ngắn trên đầu gối bó sát thân thể, nhìn đôi chân dài thon thả mịn mướt, nhìn khuôn ngực no căng thả rông dưới cổ sơ mi mở nút trên cùng, nhìn hai má phớt hồng màu phấn nhẹ, nhìn vành môi non, tôi không khỏi xao xuyến. Uyên hí hửng như cô bé thời trung học, bước lẹ về phía tôi, quàng tay vào cánh tay tôi. Chúng tôi vào garage lấy xe, ra khỏi nhà. Tuy Uyên hơi đẫy đà vì mang thai song dáng dấp vẫn còn phảng phất nét ngây thơ. Tôi lại nhìn Uyên, nhủ thầm, người ngoài làm sao ngờ quan hệ của chúng tôi đã như vợ chồng? Làm sao ngờ hàng đêm tôi khám phá từng phân vuông thân thể Uyên bằng tất cả sự ham hố của một gã đàn ông phong phú năng lượng nhục dục, với hợp tác hào hứng của Uyên? Tôi bắt đầu cảm thấy tình cảm tôi dành cho Uyên mỗi ngày mỗi lớn. Tối qua, khi vuốt ve vày vò hai bầu vú và táy máy gò tình đẫm ướt, trong tôi dâng trào một cảm xúc khác hẳn mọi lần. Mọi lần chỉ thuần túy xác thịt, lần này, tôi có cảm tưởng ngoài rung động vật lý còn ẩn chứa niềm yêu đằm thắm xuất phát từ trái tim. Tôi đã trườn xuống và biểu tỏ niềm yêu ấy một cách tận tụy. Hình như, bằng giác quan thứ sáu, Uyên cảm nhận được biến động nội tâm tôi, nên khom người lên nhìn đầu tôi lặn sâu giữa hạ thể rộng mở, hai tay Uyên ôm chặt, thiết tha,

"Uncle, I am very happy."

Tôi linh cảm bắt đầu từ đêm qua Uyên sẽ trở thành nhân tố quan trọng chi phối hướng đi đời tôi trong tương lai.

Đến Art Supplay, tôi chọn một khung bố size lớn nhất, 90X65 inches. Không để lọt được trong xe, tôi phải qua Home Depot đối diện mua một cuộn dây ni lông cột trên nóc,

Uyên hào hứng,

"Hai mươi năm nữa, con bé nhìn bức tranh chắc cảm động lắm."

"Ngày ấy có lẽ anh đã thành đất."

"Không đâu, bây giờ tuổi thọ của con người trung bình 80, nghĩa là lúc con gái 20, anh chỉ mới 78, trẻ chán, chết sao được."

Về đến nhà, tôi dẹp bức tranh đang vẽ, tự nhủ sẽ tiếp tục

bao giờ hoàn tất tác phẩm này. Tôi đặt khung bố mới lên giá vẽ, bắt tay ngay vào việc.

Sau khi khỏa thân hoàn toàn, Uyên được hướng dẫn ngồi trong tư thế như tôi đã nghĩ rồi dùng chì than phác thảo. Vì ngày thường Uyên phải đi học và đi làm nên tôi phác thảo rất kỹ, cố chính xác, mục đích khi không có Uyên tôi vẫn có thể lên màu, đợi buổi tối Uyên về, sau khi đã cơm nước xong, ngồi cho tôi chỉnh sửa.

Suốt mười hai ngày, Uyên chứng tỏ là một người mẫu lý tưởng, ngoan ngoãn làm theo lời tôi với thật nhiều hứng khởi. Ngày cuối cùng, tôi miệt mài từ sáng tinh mơ đến tận chiều. Tác phẩm xem như đã hoàn tất, chỉ một vài chi tiết nhỏ cần hoàn chỉnh.

Người đàn bà mang cơm phần tới, Uyên khoác chiếc áo ngủ ra mở cửa, nói,

"Mai chủ nhật chị khỏi mang cơm, chúng tôi xuống phố và ăn tiệm."

Người đàn bà "dạ". Uyên khép cửa, mang cặp lồng vào, lấy ra từng món, hâm nóng, rồi dọn ra bàn,

"Nghỉ ăn cơm đã chú."

Tôi vừa ăn vừa ngắm bức tranh, Uyên cúi nhìn triều mến chiếc bụng bầu. Khuôn mặt trẻ thơ, nghiêng ¾, ửng hồng hai má, đôi mắt khuất dưới hàng mi dài, sóng mũi thẳng, vành môi đỏ, mái tóc vấn cao để lộ vành tai với khoen đeo tròn, lớn. Ngấn cổ dài đổ xuống hai bầu ngực no, núm vú nâu nhạt. Thấp nữa là vùng bụng tròn căng. Tôi cho nguồn sáng mạnh từ trên dội xuống, chiếu thẳng vào bụng với hai bàn tay ôm, những ngón tay trong tựa thủy tinh, gây cảm tưởng một nguồn sáng nữa phát ra từ khoang bụng. Tấm chăn màu trắng vắt hờ trên hai đùi, chảy xuống sàn. Phía sau Uyên hai chiếc gối lớn nổi rõ trên màu tối của bức tường. Bức tranh vừa lung linh hư thực bởi nguồn sáng mạnh như được mặc khải từ trời cao, từ bầu bụng no tròn gần gũi thân quen, từ đôi môi đỏ, từ hai bầu ngực, từ vùng kín chập chờn ẩn hiện. Tôi vừa lòng. Uyên ra vẻ khiêm cung,

"Người trong tranh đẹp hơn cháu."

"Đúng, ở ngoài cháu xấu như ma, chú phải cường điệu, chả lẽ vẽ như thực, ai thèm xem!"

Uyên vùng vằng,

"Chú này."

Tôi cười phá, chồm qua kéo Uyên ngã vào người, cúi hôn đôi môi nồng mùi… thịt kho.

*

Uyên chuyển bụng, nhìn khuôn mặt tái xanh, nhìn những giọt mồ hôi rịn ướt, bết lọn tóc rối trên vầng trán, tôi quặn xót,

"Ráng đi baby, vào hospital, ở trỏng người ta chích thuốc, êm ngay thôi."

Tôi bế Uyên xuống xe, chạy vội đến bệnh viện. Đường không xa, song hôm nay tôi có cảm tưởng như dài ra gấp đôi. Tuy sốt ruột tôi vẫn không dám chạy nhanh, nhỡ gây tai nạn, hậu quả khôn lường. Đến trước cửa phòng emergency tôi chạy vội vào quầy tiếp tân. Hai y tá đẩy băng ca đi nhanh ra. Uyên được chuyển đến phòng sinh. Tôi theo sau. Đến trước cửa một cô quay lại nói với tôi,

"Lẽ ra anh có thể vào với vợ, nhưng giấy tờ chưa làm, anh ra ngoài phòng tiếp tân hoàn tất thủ tục nhập viện và đóng viện phí, ở đó họ sẽ cho anh biết số phòng vợ anh nằm khi sinh xong rồi đến khu chờ, chúng tôi sẽ cho biết khi vợ anh đã sinh."

Tôi làm theo hướng dẫn của cô y tá. Ngót một tiếng đồng hồ trong phòng chờ lòng tôi nóng như nung. Cuối cùng cô y tá xuất hiện, giọng vui,

"Mừng anh, mẹ tròn con vuông, vợ anh đã chuyển xuống phòng, anh có thể đến thăm."

Tôi bật dậy đi như chạy, không quên quay lại cảm ơn cô y tá.

Uyên nằm trên chiếc giường đơn, có vẻ mệt nhưng rạng rỡ. Bên cạnh, một hài nhi quấn trong khăn đỏ hỏn. Tôi sà xuống,

"Baby."

Uyên đưa hai tay, tôi cúi hôn đôi môi nhợt nhạt, Uyên ôm tôi, nhỏ giọng,

"Chú! Con mình…"

Tôi lại hôn, âu yếm,

"Từ nay không chú cháu nữa, có con rồi."

"Vậy xưng hô thế nào"

"Baby biết mà."

Uyên nhìn tôi thật lâu rồi siết chặt vòng ôm, rót vào tai tôi,

"Anh yêu, chồng của em."

Uyên nghỉ học và làm ba tháng theo qui định. Cô bé lớn nhanh, dễ tính, không khóc nhè, bú no là ngủ.

Ba mẹ Uyên bay sang thăm con. Phùng, theo khuyến dụ của vợ, đã chấp nhận tôi tuy lòng chưa vui, nhưng khi nhìn thấy cháu gái, khoảng cách giữa chúng tôi dường gần lại,

"Uyên và you move về bển cho tụi này gần cháu."

Vợ chồng Phùng nói với tôi bằng tiếng Anh, xưng hô you, me, tránh tình trạng tôi phải gọi họ bằng bố mẹ, khó cho cả hai phía.

Uyên lên tiếng,

"Thư thả, bé An (tên con gái của chúng tôi) lớn và con ra trường, tính sau, bọn con hiện cũng ok rồi."

Tôi đồng tình,

"Uyên nói đúng, University ở đây tốt hơn, tốt nghiệp sẽ dễ kiếm việc, vả, mỗi lần move nhiêu khê lắm, bé An lại còn nhỏ."

Vợ Phùng cúi bồng cháu, hôn tới tấp đôi má mũm mĩm,

"Nhưng ông bà ngoại không được gần cháu."

Uyên vui

"Mẹ khỏi lo, hàng ngày con sẽ quay clip để mẹ nhìn, khác gì cận kề bên cạnh."

Vợ Phùng lườm Uyên,

"Nói như cô, nhìn mà không được ôm nựng, thêm nhớ."

Uyên cười,

"Thì thỉnh thoảng mẹ bay qua."

"Thôi đi cô, thu xếp move về bển, không lôi thôi nữa."

Uyên khẳng quyết,

"Con ra trường đã."

Vợ Phùng quay qua tôi, vẫn nói bằng tiếng Anh,

"You bảo, chắc con bé nghe lời you hơn me."

Tôi cười,

"Uyên bướng lắm, nhưng you yên trí, me sẽ bảo."

Tuy nói vậy nhưng chúng tôi vẫn ở F, Uyên ra trường có việc làm ngay ở Silicon Valley, cách chỗ trọ hai giờ xe. Nhận thấy mất nhiều thì giờ đi, về, vừa mệt vừa xa, chúng tôi tìm mua một căn nhà nhỏ (trả góp – credit của Uyên và tôi đủ cover) gần sở làm, vùng ngoại ô, giá tương đối rẻ.

An đã biết đi, con bé rất dễ thương, mũm mĩm, suốt ngày quẩn quanh chân ba, nghịch phá, bập bẹ tập nói bi bô và khóc nhè hờn dỗi mỗi lần cô bé lấy cọ sơn của tôi vung vẩy, quẹt bôi khắp cùng. Nhìn con, tôi nhớ lại lý do khai sinh cái tên An. Bắt nguồn từ câu nói của Thục lúc chia tay, "em muốn bình an". Tôi chả biết sau đó Thục có đạt được mong muốn chăng. Riêng tôi thì không, lòng luôn dậy sóng. Khi làm khai sinh cho con, chữ An bật ra trong đầu. Từ thẳm sâu tâm hồn, tôi hy vọng sự hiện diện của con bé sẽ giúp tôi tìm thấy bình an.

Mẹ Uyên thúc hối chúng tôi về với bà mãi không hiệu quả, đành vài tháng bay sang thăm cháu, Phùng thỉnh thoảng tháp tùng cùng vợ.

Uyên vẫn yêu tôi, tuy không sôi nổi như hồi mới quen, nhưng tôi cảm biết tình yêu ấy đã bão hòa, đầy tràn, đằm thắm hơn, sâu sắc hơn.

Hàng đêm, dưới vùng ánh sáng dịu của bóng đèn ngủ, Uyên vẫn với tư thế cố hữu, cuộn tròn trong lòng tôi, hai trái vú đè trên ngực nằng nặng, âm ấm. Có lần Uyên nói,

"Mình nè."

"Gì baby?"

"Em muốn thêm đứa con trai."

"Từ từ, đợi An lớn hơn hẵng tính."

Uyên nói

"Thêm cu tý, gái trai có đủ, rồi nghỉ luôn."

Dừng một chút, Uyên ngước nhìn tôi, trêu,

"Phải làm nhanh, nhỡ mình hết xíu quách, hỏng chuyện"

"Á à, chê tui già hở? Định mở đường để mai mốt kiếm tên

nào trẻ, bỏ thằng già này chứ gì?"

Uyên trườn lên, nằm hẳn trên người tôi, áp môi trên môi, hôn sâu,

"Còn khuya! Mai mốt mình chống gậy, em vẫn yêu mình như ngày đầu. Ai thay thế được mình?"

"Xạo."

"Em yêu mình bất chấp tuổi tác, điều tiếng, mình rành quá mà."

Uyên cười, tiếp,

"Mình nhớ không, hồi mới đến với mình em có tiên đoán, một ngày nào đó mình sẽ nói "chú yêu cháu", giờ mình nói được chưa?"

Tôi nâng khuôn mặt Uyên lên, nhìn sâu vào mắt,

"Có cần thiết phải nói thế không?"

Uyên lại hôn tôi, giọng xúc động,

"Thì thôi, nhìn vào mắt mình em cảm nhận được lòng mình. Thế cũng đủ, em sung sướng lắm. Mãi mãi em yêu mình, suốt kiếp."

"Chắc chứ?"

"Chắc, em thề."

Tôi cảm nhận lời vừa rồi xuất phát từ đáy lòng Uyên, nhưng vẫn ngăn,

"Đừng thề."

"Tại sao?"

Tôi không trả lời, nén tiếng thở dài. Bây giờ rất thật, song làm sao biết được tương lai sẽ thế nào? Mọi sự trong cõi đời này vốn vô thường! Cái thật của ngày hôm nay biết đâu thành cái ảo một ngày nào đó. Uyên nhìn tôi một lúc lâu,

"Em hiểu rồi, nhưng thôi, nó thuộc về dĩ vãng, tôn trọng anh, em không hỏi. Mình trở lại chuyện chính, thêm một bé trai nhé?"

"Nhỡ gái nữa thì sao?"

"À... là do số trời, mình vẫn ok chứ sao."

"Anh e em đòi miết, kỳ bao giờ có cu tý mới thôi."

Uyên cười,

"Dám lắm, không chừng có cả tiểu đội hĩm..."

"Vui nhỉ!"

"Anh vẫn chưa trả lời, yes or no."

"Baby đã muốn khác gì trời muốn."

Uyên chồm lên, ngồi xổm trên bụng tôi, nói nhỏ,

"Mình thực thi liền nhé?"

Tôi vươn hai bàn tay nâng hai bầu vú, xoa nắn,

"Yes, baby!"

Năm sau mong ước của Uyên thành hiện thực. Thêm một cậu con trai nữa. Vợ chồng Phùng lập tức bay qua khi Uyên vừa từ bệnh viện về. Phùng nói,

"Lần này you phải tính, không thể ở đây được đâu, Uyên đi làm, ai săn sóc bọn nhỏ?"

Tôi tự tin,

"Me vẫn vẽ, trông coi bọn nhỏ luôn, dễ mà."

Vợ Phùng nói,

"Không dễ đâu, me đã nuôi, không chỉ hai đứa, you biết đấy, những bốn đứa, cực muốn tắt thở. Đừng lầm nuôi một đứa bé giống săn sóc một con búp bê! Me là đàn bà nhiều lúc còn chịu hết nổi, huống gì đàn ông. Đái ỉa, khóc nhè, ấm đầu, sổ mũi, bú mớm, ăn uống, tắm rửa… Hàng trăm việc nhìn tưởng dễ, làm biết ngay. Cứ cho you lo được đi, nhưng còn thì giờ đâu sáng tác? Về lâu về dài you sẽ rơi vào bức xúc vì không làm được chuyện muốn làm, hạnh phúc gia đình vì thế sẽ lung lay"

Nghe vợ Phùng nói tôi hình dung được những khó khăn. Quả thực nuôi một đứa bé không giống săn sóc một con búp bê! Song tôi biết Uyên sẽ không về, Uyên đã tự chọn hướng đi, bất chấp sự phản đối của hai đấng sinh thành. Dù bây giờ, nhìn mặt ngoài, chuyện có vẻ êm, nhưng mầm bất ưng vẫn tồn tại đâu đó trong đáy lòng họ, có dịp sẽ bùng lên. Làm sao định đoán được chuyện gì sẽ xảy ra trong tương lai!

Tôi nữa, càng không muốn. Lòng tự trọng không cho phép tôi đem gia đình về núp bóng "song thân". Tuổi đời của tôi ngang ngửa Phùng, lẽ nào tôi và Uyên không lo cho hai con được. Lẽ nào tôi phải nhờ Phùng bảo bọc?

Uyên nằm trên giường, tấm chăn mỏng đắp kín người, chỉ chừa khuôn mặt tái xanh, có lẽ do mất máu lúc sinh, và hơi sưng, giọng yếu,

"Con hiểu, khoe khỏe một tí con sẽ bàn với ảnh rồi cho ba mẹ biết sau."

Vợ chồng Phùng ở chơi hai ngày, lúc sắp ra phi trường mẹ Uyên nhắc lại,

"Mẹ về thương lượng với người thuê, lấy lại căn nhà cho gia đình con. Thu xếp về ngay nghe không."

"Dạ."

Tuy thế Uyên nói với tôi khi ba mẹ đã đi,

"Về đó, em chưa có việc làm, thu nhập của anh bấp bênh,

chả lẽ ông bà gánh?"

"Anh cũng nghĩ thế. Nhưng phải nói thế nào với ba mẹ em đây?"

Uyên cười,

"Thì chơi cái tình lờ như mọi lần."

"Tội nghiệp người thuê nhà, bỗng nhiên bị đuổi."

Định, thằng bé cũng dễ thương không kém chị. Cái tên Định là kết quả sau khi cùng Uyên thảo luận. Trước khi làm giấy khi sinh cho con, tôi nói vơi Uyên nửa đùa nửa thật,

"An mà không định, coi như hỏng."

Uyên reo,

"Vậy đặt tên thằng bé là Định đi."

"Phải đấy, Định, cũng hay."

An Định, mãi mãi, cho đến ngày chúng tôi từ giã trần gian và hai con khôn lớn, nên người. Đó là mong cầu của tôi và Uyên.

Sau ba tháng nghỉ dưỡng, Uyên đi làm lại, tôi ở nhà trông nom hai quí tử. Cực thật; nhưng không như mẹ Uyên nghĩ, tôi sẽ bức xúc vì không sáng tác được. Trái lại tôi vui, tuy thời gian đứng trước giá vẽ không được nhiều như trước, tôi vẫn sản sinh đều những tác phẩm mới. Những bức tranh này hầu hết đều tươi sáng, phản ảnh nội tâm tôi, hài mãn, hạnh phúc.

Tranh gửi ở các gallery trong thành phố được khách ưu ái, lợi tức của tôi cộng chung với lương của Uyên, giúp chúng tôi có được một cuộc sống vật chất khá thoải mái. Chẳng những thế, còn dư giả chút đỉnh phòng khi các con ốm đau.

Chúng tôi không về vợ chồng Phùng giận không liên hệ hơn nửa năm, nhưng rồi chẳng cưỡng nổi sự ràng buộc của tình ruột thịt, vợ Phùng lại bay qua. Nhìn các con tôi vòi vĩnh, mè nheo, hành tỏi với ngoại, nhìn bà cháu quấn quít suốt ngày không rời. Chúng tôi thấy vui. Đêm nằm gối đầu trên cánh tay tôi, Uyên trêu,

"Hay là mình thu xếp, bán nhà về bển đi anh."

Tôi lập tức phản ứng,

"Về bển, em chưa có việc làm, anh mất mối bán tranh, cạp đất sống à?"

"Còn ba mẹ…"

Tôi bực bỏ,

"Già đầu như anh còn nhờ vả ba mẹ em. Coi được à?"

Uyên cười rúc rích,

"Thôi vậy."

Lê Hải Triều

CHƯƠNG III

Như mọi hôm, Uyên dậy trước lo bữa ăn sáng cho tôi và hai con trước khi đi làm. Tôi vào bếp, đến phía sau ôm Uyên,

"Hôm nay baby cho cha con anh ăn gì?"

"Tối qua em đã nấu nồi súp đuôi bò, lúc nào ăn cưng hâm lại cho nóng, bây giờ em luộc mì sẵn, con dậy, cưng cho mì vào tô, đổ nước súp, thêm tí nước mắm nếu nhạt, vậy thôi. Soong kia là thịt heo ba chỉ rim, món mặn. Khoảng 12 giờ cưng đun sôi lại nồi súp, bỏ mớ cải ngọt em đã thái và rửa sạch để trong sink, món này thay canh. Bữa trưa như vậy là ổn, chiều em đi làm về, sẽ tính."

Tôi hôn lên cổ Uyên,

"Baby chu đáo quá."

Uyên xoay lại, nhìn tôi mỉm cười,

"Xong rồi, em đi tắm rồi đi làm."

Tôi nhìn đồng hồ, sáu rưỡi. Uyên tắm và thay đồ xong ra xe, nổ máy,

"Honey, em đi làm."

Uyên kéo đầu tôi xuống hôn trước khi điều khiển chiếc xe bò chậm ra đường. Tôi nhìn theo chiếc Toyota khuất sau dãy nhà cuối dốc rồi vào đánh thức hai con. An dậy ngay, Định trăn qua trở lại hồi lâu mới chịu ngồi dậy. Tôi nói,

"Các con đánh răng rửa mặt, ba làm mì ăn sáng. Súp mẹ nấu ngon lắm."

An vừa lên sáu, tháng sau đi học. Uyên đã dạy chữ cho An từ năm trước, mục đich giúp con ít bỡ ngỡ khi vào trường. An sáng dạ và tính cách cũng như ngoại hình giống Uyên, nhất là mê hội họa, đôi mắt tròn, sống mũi thẳng, má phúng phính, An hứa hẹn một nhan sắc không thua mẹ trong tương lại. Tôi nói với An,

"Ăn sáng xong con bày đồ chơi cùng chơi với em để ba làm việc."

"Daddy ơi."

"Gì con?"

"Con muốn vẽ."

"Ok, lớn thêm vài tuổi nữa, ba cho vẽ, giờ con mang đồ chơi ra chơi với em cho ba làm việc,

ngoan ba thương."

Con bé nghe lời đến góc nhà mang chiếc thùng nhựa đựng những con thú nhồi bông, người dơi, người nhện, xe hơi, thằn lằn, cá sấu, khủng long… bằng nhựa cùng em bày đầy góc nhà.

Tôi đặt khung bố lên giá vẽ. Hôm nay tôi bắt đầu thể nghiệm một phong cách mới, không biết sẽ thế nào. Tôi muốn thay đổi, vẽ mãi lối cũ, chả khác gì dùng mãi một món ăn, dù ngon thế nào cũng ngán.

Tối qua sau khi nghe tôi bày tỏ ý định muốn thử nghiệm new style, Uyên tán thành,

"Anh hãy vẽ như anh muốn. Là một họa sĩ, tìm tòi, khai phá là khát vọng, em hiểu và hỗ trợ hết mình."

"May mắn thành công, nhưng thất bại, tranh không bán được, em buồn không?"

Uyên nói,

"Lương em nếu tiêu pha đừng phung phí cũng đủ để chúng ta sống thoải mái, anh biết mà, em không xem tiền bạc là yếu tố cốt lõi của cuộc sống."

"Cảm ơn baby, có được một đồng hành như cưng, anh thật may mắn."

Tôi kéo Uyên vào lòng, luồn tay vào áo, xe xe núm vú, Uyên cười rúc rich,

"Nhột."

Tôi đẩy Uyên nằm ngửa, hôn sâu, và chậm rãi cởi chiếc váy ngủ ra khỏi thân thể Uyên. Từ ngày có thêm đứa con thứ hai, Uyên đẫy đà hơn. Tôi thì thào,

"Anh yêu nhé."

Uyên gật đầu. Từ môi, tôi lần xuống hai trái ngực tuy không còn săn chắc như xưa song với tôi vẫn rất hấp dẫn, tôi vày vò, bú nút tham lam. Xuống nữa, tôi vục mặt vào vùng kín, mùi vị thân quen, quyến rũ. Uyên ôm đầu tôi hổn hển,

"Mình ơi…"

Sau màn dạo đầu, tôi đi sâu vào Uyên, từ tốn nương đẩy, đưa Uyên lên đỉnh. Đến một lúc nào đó tình dục giữa hai cá thể không thuần túy chỉ để thỏa mãn những sợi thần kinh cảm giác của riêng mình một cách vị kỷ, mà cao hơn, vi diệu hơn là sự hòa quyện thiêng liêng giữa hai tâm hồn, vì nhau, cho nhau. Tôi muốn Uyên đến với lạc thú gối chăn trọn vẹn, tôi muốn chứng tỏ cho Uyên thấy sự hài mãn của Uyên là lạc thú của tôi.

Uyên rùng mình, cắn vào bả vai tôi, hai đùi khép mở liên tục, hạ thể ưỡn cao đón nhận tôi vào sâu, thật sâu. Tôi cảm nghe âm hộ Uyên khép mở hối hả khi tôi bắn mạnh. Đợi cao trào của tôi hạ dần xuống, một lát Uyên hỏi nhỏ,

"Happy, honey?"

"Yes, yes, yes… I do, how about you?"

Uyên ôm chặt tôi,

"I am also happy. Bao năm nay, mỗi lần cùng chồng make love, em đều cảm thấy suốt cuộc đời này chỉ duy nhất một mình chồng làm em hạnh phúc."

Tôi nặn sơn ra palette và bắt đầu vẽ. Đến trưa tôi vào bếp đun lại nồi súp, bỗng cảm thấy chóng mặt, tôi liếc chung quanh định tìm chiếc ghế ngồi nghỉ, chưa kịp thực hiện ý định thì ngã ngửa, căn phòng bỗng tối sầm.

*

Tỉnh dậy, tôi đang nằm trên chiếc giường màu trắng với nhiều nút bấm trên hai thành tôi thường thấy trong bệnh viện, với dây nhợ ngang dọc khắp người, kể cả phễu thở oxy chụp vào mũi. Bên cạnh, Uyên ngồi trên ghế, gục đầu cạnh ngực tôi, mắt khép, hơi thở nhẹ. Tôi co chân, bất động, thử nghiêng người, cũng không nhúc nhích. Tôi hoảng, dưa một cánh tay, cảm thấy khó khăn, đụng vào vai, Uyên mở mắt, reo nhỏ,

"Honey tỉnh rồi"

Tôi thều thào,

"Anh làm sao…"

Uyên thuật lại vắn tắt, tôi đang hâm nồi súp bỗng ngã vật bất tỉnh, An nhìn thấy, nhớ lời mẹ dạy có chuyện cần giúp đỡ, bấm số 911, người ta sẽ tới ngay. Quả, chỉ mươi phút sau xe cứu thương đã hụ còi, đưa tôi vào hospital, đồng thời gọi báo tin cho Uyên theo số điện thoại An đưa. Tôi bị đột quị, may mắn vào bệnh viện kịp thời, để lâu không cứu kịp, nguy cơ tử vong rất cao.

Tuy thoát chết nhưng tôi sống còn tệ hơn chết. Bất khiển dụng gần toàn phần, chỉ còn hai tay hoạt động được khoảng 30% theo đánh giá của bác sĩ trực tiếp điều trị cho tôi. Một họa sĩ không còn đôi tay. Đau khổ nào hơn?

Những ngày còn nằm trong bệnh viện không khác gì sống trong địa ngục. Tôi vẫn nuôi hy vọng mọi chuyện chỉ là cơn mộng dữ, tôi sẽ trở lại bình thường. Khổ thay, thực tế khiến tôi trở nên tuyệt vọng và đau đớn cùng cực. Hầu như hàng đêm, trong giấc ngủ chập chờn, tôi giật mình tỉnh thức, nghĩ tật bệnh chỉ tạm thời, tôi sẽ đi đứng bình thường, và để tự đánh lừa, tôi cố lết ra mép giường, bỏ chân xuống nền gạch, gồng mình đứng dậy, kết quả tôi ngã lăn quay, y tá trực có khi cả một hai tiếng mới ngang qua, thấy tôi co quắp trên nền gạch, la trách, bế lên. Vài lần như thế họ dùng dây vải choàng qua bụng khóa tôi vào giường. Tôi đành chịu chết. Một lần, tôi xấu hổ và đau đớn vì không làm được chuyện quá dễ dàng, là vào restroom thực hiện công việc thứ tư trong tứ khoái. Giữa khuya, tôi tháo dạ, đợi mãi không thấy y tá ngang qua, tôi bậy ra giường, nhầy nhụa, hôi thối. Sáng ra Uyên vào thăm, nghe kể lại Uyên ôm tôi khóc rưng rức,

"Tội nghiệp honey, em phải làm sao?"

Uyên muốn vào trải ra dưới sàn gạch ngủ lại để săn sóc tôi, ngặt nỗi hai con còn nhỏ không thể làm thế.

Uyên nói,

"Hay em thuê người trông hai đứa nhỏ để vào với anh."

Tôi cực lực phản đối không cho Uyên thực thi ý định. Uyên xót xa,

"Nhưng trông honey thế này em chịu không thấu."

Tôi nói sẽ không xảy ra lần thứ hai, khi mà chỉ tối đa một tuần nữa tôi được xuất viện, bác sĩ bảo thế. Chuyện nhỏ như hạt bắp, đừng bé xé ra to, chẳng đáng. Bốn ngày sau tôi ra khỏi nhà thương, Uyên đẩy chiếc xe lăn ra xe, dìu tôi vào ghế trước. Cũng may tôi có thể vịn cửa đứng dậy, lần vào xe. Người ta cho biết mạch máu não sau ót của tôi bị nghẽn, chưa đứt, nên tứ chi vẫn có thể hoạt động, dù yếu, cụ thể chỉ còn hữu dụng 30%, nghĩa là tôi có thể vịn tường hay bất cứ chỗ tựa nào đứng dậy, lết được vài bước.

"Thế cũng còn may chán!" Tôi nói với Uyên, giọng cay đắng.

Uyên lặp lại, nhưng với thái độ lạc quan,

"May thật, anh còn hên lắm."

Uyên nghỉ làm, xin trợ cấp xã hội cho cả gia đình để các con đến trường và sau này vào đại học miễn phí và tôi có medicare, cộng với tiền trợ cấp tàn tật của tôi, vén khéo cũng giải quyết được chuyện cơm áo một cách cơ bản. Tôi xót xa nghĩ, từ một tiểu thư con nhà giàu, có ăn học, vì yêu tôi bỗng rớt xuống thành một kẻ nghèo hèn. Tôi bứt rứt không yên. Ngược lại Uyên vẫn bình thản chấp nhận mọi bất hạnh không một lời than vãn.

An đã đi học. Ngoài thời gian ở trường, An phụ mẹ chăm sóc tôi. Nhiều lúc nhìn con bón từng muỗng súp cho ba, tôi ứa nước mắt. Lẽ ra An và Định đã có một cuộc sống khác, sung sướng hơn nhiều nếu tôi không bị tai biến. Trách ai bây giờ?

Đêm, vẫn trên cánh tay tôi, Uyên gối đầu, vẫn để trên ngực tôi hai bầu vú nặng nặng, vẫn cuộn tròn như con sâu đo trong lòng tôi và vẫn giọng nũng nịu,

"Ru cho em ngủ."

Bằng bàn tay vụng về, tôi quàng qua, xe xe núm vú "ru" Uyên chìm dần vào giấc ngủ.

Sau giấc dài Uyên dậy sớm lo bữa điểm tâm cho hai con và tôi, rồi chở An đến trường, về, ghé chợ mua thực phẩm tươi cho bữa trưa và chiều. Uyên không thích dùng đồ đông lạnh,

"Thịt cá để hàng tháng trong ngăn đá, bở rệu, chả còn mùi vị. Chẳng đặng đừng phải sử dụng, siêu thị trên đường đi, đâu mất công gì nhiều."

Tôi nói,

"Ở chợ người ta cũng lấy ra từ tủ đá."

Uyên ra vẻ rành,

"Chỉ chợ Việt Nam thôi, chợ Mỹ các lò mổ cung cấp hàng ngày."

Xong bữa chiều, Uyên dùng nồi áp suất hầm nồi súp thịt bò gân măng tây để sáng mai điểm tâm, rồi thu vén dao thớt chén bát bẩn dồn vào sink. Sau khi thanh toán đống đồ bẩn Uyên nhìn đồng hồ treo tường, quay sang tôi,

"Sáu giờ rồi, honey đi tắm."

"Em tắm trước đi, anh tự tắm được."

Bé Định lên tiếng,

"Mom để daddy chơi hết ván này đã."

An thúc,

"Đến phiên daddy."

Ba cha con tôi đang chơi cá ngựa trên bàn giữa phòng khách. Uyên nói,

"Daddy tắm xong sẽ tiếp tục, hai con chơi với nhau đi."

Và đến đẩy chiếc xe lăn vào restroom. Tôi lặp lại lời ban nãy,

"Anh tự tắm được mà"

"Thôi đi ông, bây giờ còn chập chững được vài bước, nhỡ té ngã, nằm liệt, lợi bất cập hại!"

Uyên nói đúng, nhưng tôi không muốn dựa dẫm vào Uyên nhiều. Nhìn Uyên suốt ngày, từ sáng đến tối, quần quật bao nhiêu chuyện, tôi thật áy náy. Lúc mới bị tai biến vợ chồng Phùng bay qua ngay, năn nỉ, nặng nhẹ bảo chúng tôi hãy move về thành phố nhà, nhưng Uyên nhất định không chịu, bảo tự lo được, không muốn làm phiền song thân. Mẹ nói,

"Một mình con làm sao lo được cho hai đứa nhỏ, người chồng tật nguyền?"

Uyên quả quyết,

"Được, chuyện nhỏ."

Vợ Phùng gắt,

"Cô bướng quá."

Phùng phụ họa,

"Chả phải chuyện đùa, không thể bốc đồng."

"Con không bốc đồng, con nghĩ mình lo được."

Cuối cùng vợ chồng Phùng đành chào thua. Trước khi ra về hai người đưa cho Uyên một thẻ credit, "Con cần cứ rút mà xài, ba mẹ sẽ bổ sung khi cạn."

Ban đầu Uyên từ chối, song vợ Phùng rơm rớm, Uyên đành nhận. Tuy vậy đã bao năm chưa bao giờ Uyên sử dụng thẻ này. Tuy không ý kiến nhưng thâm tâm tôi đồng tình.

*

Uyên đẩy xe ra cho tôi tiếp tục chơi với hai con, Uyên bảo An và Định,

"Các con chuẩn bị, mẹ tắm xong đến các con."

Khuya. Chị em An đã về phòng và có lẽ đã ngủ. Uyên nói,

"Sáng mai em luộc bún, ăn với súp măng tây, bò gân, bảo đảm ngon nhức răng."

Tôi nịnh,

"Ngon là cái chắc, món gì baby nấu lại không ngon?"

Uyên hôn lên ngực tôi,

"Biết cưng nịnh, em vẫn vui."

"Baby!"

"Dạ"

"Anh luôn cảm thấy không thoải mái!"

"Tại sao?"

"Baby khổ quá!"

"Trái lại em thấy vui, có cơ hội lo cho honey, cho con, khổ gì đâu?"

"Anh mong baby nói thật"

"Thật mà."

Trong giới hạn nào đó, bất chấp tật nguyền của tôi, chúng tôi hạnh phúc. Uyên yêu tôi bằng thứ tình yêu không tính toán hơn thiệt, không vị kỷ, không so đo, cho đi không đòi hỏi đáp đền, không phiền trách vì đôi lúc tật bệnh làm tôi dấm dẳng vô cớ. Một tình yêu đích thực. Dần dần tôi bị Uyên cảm hóa, cùng lúc hình bóng Thục mỗi ngày mỗi nhạt nhòa, đến hôm nay đã như âm bản hư huyễn, tan chảy vào dòng chuyển động không ngừng của thời gian. Hơn lúc nào hết, tôi thấm thía hai chữ vô thường.

Từ ngày chúng tôi chuyển ra ngoại ô, nhà có mảnh sân sau không lớn song cũng đủ trồng vài luống cải, bụi sả, vạt rau răm… Xét mặt kinh tế, chả tạo thêm lợi tức, nhưng mỗi buổi sáng còn đục sương đêm, pha ly cà phê lăn xe đến cửa sổ nhìn ra ngoai, lòng tôi nhẹ nhàng, cảm giác thật bình yên.

Thế mà cả tuần nay tôi bỗng không còn thoải mái. Tôi thèm vẽ, thèm đứng trước mặt bố rộng, thèm vật lộn với bao suy nghĩ ngổn ngang trong đầu. Con đường sáng tạo gian nan nhưng thập phần quyến rũ và thôi thúc dấn bước. Tôi nhìn giá vẽ, nhìn khung bố, nhìn những ống màu, nhìn palette, nhìn các cây cọ trong thau nước ngâm, tôi nhớ mùi thơm của sơn, nhớ những đường cọ tung hoành, lòng tôi quặn thắt, tim tôi như bị bóp nghẹt. Tôi đã dừng lại quá lâu, có thể vĩnh viễn! Trước đây chưa bao giờ tôi hình dung sẽ có ngày này, thời gian dài tôi phải vật lộn với bệnh tật, nay tôi biết mọi sự số phận đã an bài, tôi không thể làm gì khác hơn là chấp nhận. Cùng lúc khát vọng được vẽ trỗi dậy. Hai bàn tay vụng về, cầm nắm đôi đũa, cái ly nếu không chú tâm sẽ tuột, rơi bể, nói gì đến sử dụng cọ sơn! Hiện thực tàn nhẫn quá. Nước mắt tôi trào ra không sao ngăn được! Thế là mãi mãi, cho đến ngày ra nghĩa trang, sẽ không bao giờ nữa tôi còn cơ hội tiếp cận với màu sắc, cọ sơn!

Uyên đến sau lưng tôi từ lúc nào, vòng ra phía trước, nhấc ly cà phê tôi đang uống dở khỏi bàn tay vụng về, đặt xuống sàn, ôm mặt tôi, nhìn sâu vào đôi mắt còn ướt nước,

"Sao thế, sao honey khóc?"

Tôi vọt miệng, giọng nghẹn,

"Anh buồn quá!"

"Lý do?"

"Anh vẽ không được nữa."

Uyên im lặng hồi lâu rồi lên tiếng,

"Mình thử tìm cách."

"Họa sĩ cần nhất đôi tay, Tay anh thế này!"

Uyên suy nghĩ một lát, ngập ngừng,

"Đừng nản honey, thế nào cũng có cách."

"Anh đã nghĩ nát óc, vô phương!"

"Thử lấy băng keo cột cọ vào tay."

Tôi bật cười,

"Vẽ, cần sự chính xác, cách của em sẽ tạo ra những bản màu nhếch nhác."

Uyên nghiêm trang,

"Sao mình không biến nhếch nhác thành tranh?"

Câu nói của Uyên chả khác gì luồng nhiệt năng làm bừng sáng sự bế tắc đang chiếm giữ đầu óc tôi. Phải rồi, sao không biến nhếch nhác thành tranh?

Tôi ôm chầm Uyên, hôn tới tấp khắp mặt,

"Cảm ơn baby."

"Honey đang nghĩ gì thế?"

Tôi nói nhanh, vấp váp không mạch lạc,

"Ngày mai anh sẽ vẽ lại… Em cột cọ vào tay anh... Phải biến nhếch nhác thành tranh… Phải tạo ra một new style…"

Hôm sau, điểm tâm xong tôi nói với Uyên,

"Anh muốn thực hiện ngay ý tưởng hôm qua, baby giúp anh"

Uyên vui vẻ,

"Tuyệt vời. Để em chuẩn bị mọi thứ cho honey."

Uyên nhanh nhẹn đặt tấm bố ngay ngắn trên giá, nặn các màu chính lên palette, dùng băng keo cột cây cọ vào tay phải tôi. Xong đâu đó, Uyên chồm người hôn nhẹ môi tôi, âu yếm, "Bắt đầu đi honey."

Uyên kéo ghế ngồi cạnh. Tôi pha màu, thử quẹt môt đường cọ lên mặt bố, mũi cọ rơi vào khoảng không. Tôi thở dài,

"Không được baby!"

"Ráng đi honey, rút kinh nghiệm, điều chỉnh dần."

"Baby biết đấy, stroke ảnh hưởng toàn thân, cơ chéo mắt trái anh bị chùng, gây double vision, mất khả năng ước lượng khoảng cách, chưa kể tay không nghe lệnh đâu."

"Bởi vậy em mới lưu ý honey hãy ghi nhớ và tận dụng kinh nghiệm."

"Vẽ thế này khác gì bị tra tấn!"

Uyên cười,

"Honey nghị lực có thừa, em tin honey sẽ vượt qua mọi trở ngại và sẽ có thành quả."

Tôi đau xót nhớ thời còn khỏe mạnh, vẽ sao mà dễ dàng. Một nét chấm, một đường ngang, một sổ dọc… nặng nhẹ tùy ý muốn và chính xác như in. Vẽ, tựa múa, tựa rong chơi, tựa ngao du đến chốn sương hồng suối biếc. Bây giờ vẽ còn thua trẻ con! Nhưng nếu không vẽ tôi còn là tôi? Cuộc đời tôi gắn liền với màu sắc, tước chúng khỏi tôi, khác gì chặt bỏ tứ chi!

Uyên ôm mặt tôi,

"Em biết honey đau khổ lắm, nhưng em tin tưởng honey sẽ vượt qua, hãy xem em là một phần thân thể của honey, sẽ cùng honey bước tới. Ráng lên, chúng ta cùng đi."

Tôi trả lời Uyên, như nói với chính mình,

"Anh sẽ ráng."

Trọn ngày, tôi cố khắc phục giới hạn do di chứng tai biến khiến tay mắt tôi hoạt động không như ý muốn để ném lên khung bố lòng tôi, tim tôi, trí tuệ tôi bằng những đường cọ vụng về, những vệt sơn vung vãi, khi được lúc không. Tôi ráng. Để tự khích lệ, động viên, tôi nghĩ đến mặt tích cực của cuộc đời. Biểu hiện cho mặt tích cực đó, trong hội họa, là những màu sáng, nhẹ nhàng, tươi mát. Tránh những màu tối, u ám, nóng bức. Và đường nét tạo hình chỉ là các thể khối giản dị đứng cạnh nhau, nương đỡ nhau làm thành một tổng thể gắn bó. Tôi muốn qua thể hiện này người xem sẽ cảm được ước mơ tôi, ước mơ phục sinh từ tro than thảm kịch. Uyên ngồi bên không ngừng khuyến khích, rửa cọ bẩn, nặn thêm sơn, điều chỉnh khung bố cho vừa tầm với. Cuối cùng bức tranh hình thành, Uyên ngắm tác phẩm rất lâu rồi quay lại ôm tôi, hôn khắp mặt,

"Chồng của em tài quá, ai dám nghĩ bức tranh được vẽ bởi một bàn tay không cầm được cọ sơn."

"Anh đã có chủ đề cho loạt tranh này."

"Nói em nghe."

"Phục sinh."

"Tuyệt, honey."

"Anh tính sẽ vẽ đủ bốn mươi bức như mọi lần triển lãm trước, bao giờ hoàn tất không thành vấn đề, một, hai năm, thậm chí năm năm nếu anh còn sống."

Uyên nói,

"Với tốc độ làm việc như thế này, em nghĩ chỉ trên dưới một năm thôi."

"Một năm, người bình thường chưa chắc đã làm nổi, huống chi anh!"

"Em tin chồng em sẽ làm được."

"Ngày hôm nay baby cho anh đi tàu bay giấy hơi nhiều đấy nhé."

"Em biết sức của honey mà."

Uyên rửa những cây cọ cho vào hũ sành làm chỗ chứa, vặn nắp những típ màu, thu vén gọn gàng mọi thứ rồi gọi lớn,

"An, Định đâu, ra mom biểu."

Hai chị em từ phòng ngủ chạy ra. An hỏi,

"Gì vậy mom?"

Uyên nói,

"Hai con thay đồ, tối nay cả nhà ăn nhà hàng."

Định reo vui,

"Đã quá."

Cả hai vù về phòng, Uyên nhìn tôi,

"Mừng honey cầm cọ lại, hôm nay cả nhà sẽ chén một chầu ra trò, hai đứa mình phải uống hết một chai rượu vang."

Tôi cười,

"Sau đó cả nhà được ngủ trong sở cảnh sát vì DUI. (say rượu lái xe)

Đã lâu không xuống phố tôi có cảm giác như đi xa về. Quang cảnh vẫn vậy, nhộn nhịp, đèn màu chớp sáng, bộ hành trên hè rộng, lát gạch ca rô. Nườm nượp xe hơi dưới lòng đường, tiếng leng keng của tàu điện. Định và An đòi vào nhà hàng Mỹ, Uyên và tôi thích tiệm Việt Nam. Cuối cùng, chiều con, chúng tôi chọn một restaurant người bản xứ. Khác hẳn hoạt cảnh ồn ào của tiệm Tàu, không khí êm ả gợi tôi nhớ nhà hàng hải sản ở C thỉnh thoảng tôi và Thục thường đến ngày trước. Ngồi sát vách thấp nhìn ra biển đêm lung linh vô số đóm sáng. Gió từ khơi xa thổi vào mát lạnh, sóng vỗ nhẹ dưới các chân cừ. Nhà hàng tuy đông thực khách nhưng vẫn yên tĩnh, các tiếp viên vui vẻ, thỉnh thoảng lại bàn ân cần hỏi han. Châm thêm cà phê, nước trà… Thục hướng mặt ra biển, gió thổi tung mái tóc dài, ánh điện trên trần phòng xối ánh sáng xuống khuôn mặt với đôi mắt long lanh, sóng mũi cao, hai môi hơi nhô duyên dáng, đôi môi tôi vẫn thường đùa âu yếm, mỏ nhọn. Thục nói,

"Về hưu em sẽ tìm mua nhà và một thuyền nhỏ vùng này, những ngày cuối tuần ra khơi câu cá.". Ước mơ không lớn, ước mơ trong tầm tay. Tôi nói với Thục,

"Đâu cần về hưu, em thừa sức mua ngay mà."

Thục nhún vai,

"Nhưng sống một mình à. Khung cảnh như thế này, chết vì buồn."

Thục quay nhìn tôi,

"Chúng mình sẽ lấy nhau."

Những dự phóng tương lại! Thế đấy, khi mặn nồng mọi sự đều như mơ. Làm sao ngờ chỉ thoáng chốc vụn vỡ tan tành!

*

Uyên hỏi An và Định,

"Hai con no chưa, muốn đi đâu nữa nào?

Định đòi đi xem phin Lion King.

An nói,

"Em đã xem bao nhiêu lần rồi."

Định nói,

"Nhưng lần này người đóng thực."

Tôi nói,

"Ok, daddy cũng muốn xem."

Uyên phụ họa,

"Mom cũng muốn."

Chúng tôi về đến nhà đêm đã qua, ngày mới đang đến.

*

Hơn một năm miệt mài với phụ giúp tận tình của Uyên, chỉ còn hai bức nữa là đủ bốn mươi.

Bốn mươi tác phẩm, có thể nói là nỗ lực vượt bực, gói ghém cả hồn xác tôi suốt mười ba tháng ngủ không yên, ăn không ngon, lúc nào trong đầu cũng lãng vãng hai từ Phục Sinh, chủ đề của triển lãm tôi đang thực hiện. Vẽ và triển lãm, tôi đã làm nhiều lần trong dĩ vãng, lần đầu dĩ nhiên nhiều xúc động, những lần kế cường độ giảm dần, đến một lúc "cũng thường thôi", con tằm ăn dâu phải nhã tơ, tôi là họa sĩ tất phải vẽ. Trong một phỏng vấn tôi đã đọc cách đây non nửa thế kỷ, nhà báo hỏi nhạc sĩ Phạm Duy, ông sáng tác như thế nào? Phạm Duy trả lời, như… đi đái ấy mà! Bắt chước người nhạc sĩ kiệt xuất này, tôi lếu lào, tôi vẽ như… đi đái ấy mà! Nghĩa là dễ dàng thôi. Nhưng lần này khác, tôi đã vẽ trong nỗ lực không ngừng, bằng sự vượt thắng triền miên suốt hơn một năm. Mỗi buổi sáng, đưa tay cho Uyên cột cọ vào, là tôi biết mình lại bước vào đấu trường mà đối thủ không ai khác hơn là chính bản thân. Nói rõ hơn, tôi phải chiến đấu để khắc phục những giới hạn bệnh tật đả khiến thể xác tôi không làm nổi những điều tưởng dễ dàng.

Tôi vui, bốn mươi tác phẩm sắp hoàn tất, những ngày chiến đấu sắp kết thúc. Cuộc triển lãm tháng sau có thể thực hiện.

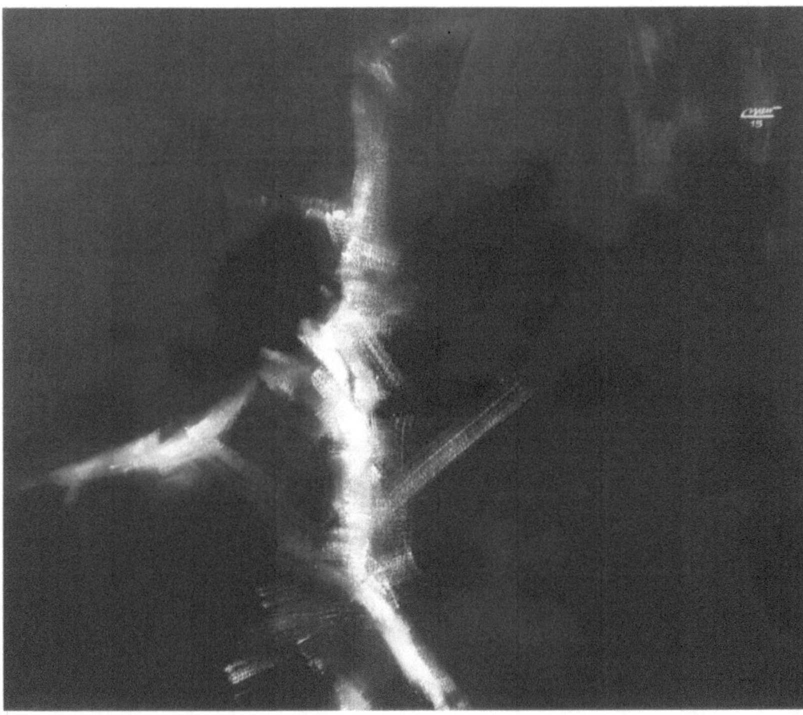

Lê Hải Triều

Vẫn như mọi ngày, Sau khi cột cọ vào tay tôi, Uyên kéo ghế ngồi cạnh,

"Bắt đầu đi honey."

Tôi pha sơn. Hai bức tranh cuối cùng, vẫn những hình khối giản dị, vẫn màu sắc nhẹ nhàng, tươi sáng... Ý tưởng đã có trong đầu, chỉ tìm cách đưa lên khung bố thôi. Bỗng tôi thấy bụng quặn đau, cùng lúc cơn chóng mặt ập tới. Tôi ngã nhào xuống sàn phòng, miệng, hậu môn tuôn máu dầm dề, tôi nhanh chóng rơi ngay vào hôn mê. Uyên hốt hoảng bấm 911 đưa ngay vào nhà thương. Sau kiểm tra, tôi bị loét bao tử. Người ta cho biết đó là di chứng của stroke, trước đây nhiều bệnh tiềm ẩn trong cơ thể, chưa hoặc không thể bộc phát vì còn khỏe, sau tai biến, sức đề kháng không còn, bệnh được dịp hoành hành, đốn tôi quỵ gục.

Một bác sĩ từ phòng cấp cứu bước ra. Uyên đứng bật dậy,

"Bác sĩ, nhà tôi..."

Ông ta lắc đầu,

"Bệnh nhân đã xuất huyết trầm trọng, chúng tôi làm hết khả năng, ông ấy có thể thoát chết song nguy cơ phải sống đời thực vật là rất cao, vì một thời gian dài máu không đủ nuôi não."

Ông ta cũng cho biết tôi đã được tiếp tổng cộng năm bịch máu, đồng thời chỗ loét trong bao tử cũng được kẹp lại.

Uyên khóc òa,

"Chừng nào tôi gặp được anh ấy bác sĩ?"

"Chị đợi, khoảng nửa tiếng nữa bệnh nhân sẽ được chuyển vào ICU, chị có thể thăm."

Gần một tháng trong ICU, tôi vẫn hôn mê sâu. Những ngày cuối tôi lai tỉnh, người ta quyết định rút ống nhựa nằm trong khí quản thông xuống cuống phổi cả tháng qua. Tôi quá yếu, phải thở bằng máy. Nay họ quyết định rút ống, nếu tôi tự thở được thì sống, bằng không, số trời đã định! Như có phép lạ, tôi không chết, lạ hơn, không sống đời thực vật. Tri giác tôi phục hồi trọn vẹn, còn có vẻ nhạy bén hơn lúc trước. Kỳ quái, phản y khoa! Một bác sĩ đã nói với Uyên như thế.

Nghĩa nào đó, tôi chưa trả hết nợ đã vay, Vậy phải tiếp tục sống, để trả!

Xuất viện, về nằm nhà thêm nửa năm nữa, thể chất tôi dần hồi phục, tuy không được như xưa, song vẫn có thể tiếp tục thực hiện số tranh đã định và chuẩn bị mọi công đoạn cần thiết cho triển lãm.

Từ đó đến nhiều năm sau, tuy sức khỏe sa sút tỷ lệ thuận với tuổi tác, nhưng tôi vẫn kiên trì sáng tác, vài ba năm một triển lãm. Tổng cộng, khi An vào đại học, tôi đã thực hiện thêm bốn cuộc triển lãm.

An giống mẹ, đẹp, và đặc biệt nhất, An mê hội họa như bố mẹ. Nhất định không chịu học ngành nào khác ngoài hội họa.

An học đến năm thứ hai thì một biến cố xảy ra, khiến gia đình rơi vào thảm cảnh. Một buổi sáng cổ họng tôi bỗng bị tắc nghẽn, rát bỏng, ăn, uống khó khăn. Uyên đưa tôi đi khám. Kết quả, tôi bị ung thư thanh quản.

Tin sét đánh. Ung thư! Bản án tử hình đã tuyên, chỉ chờ ngày ra pháp trường. Uyên như người bị bệnh tâm thần, ngẩn ngơ, làm trước quên sau. Nhưng còn nước còn tát. Tôi được chữa trị. Thời gian này Uyên như con lật đật, hàng ngày chở tôi vào bệnh viện hóa và xạ trị, về nhà lo bữa ăn cho hai con, bơm sữa ensure vào bao tử giúp tôi (mầm ung thư nằm ngay thanh quản, tôi không ăn uống được bằng miệng, người ta phải đục một lỗ ở khoang bụng, luồn ống nhựa vào cuống dạ dày, bơm sữa qua ống này, mỗi lần một lượng ít, cũng có nghĩa mỗi ngày không dưới tám lần bơm, rất mất thì giờ! (tình trạng này không chỉ ngày một ngày hai, mà ròng rã như thế bốn tháng!), cùng hàng trăm công việc linh tinh khác. Uyên thiếu ngủ và lo, ốm, xanh mướt, tóc tai bù rối, không làm sao tưởng tượng được cô tiểu thư mi nhon ngày nào và thiếu phụ tất bật bây giờ là một. Đổi đời quyết liệt quá! Tôi càng tệ, bảy tuần xạ và hòa trị biến tôi thành miếng giẻ rách, tóc rụng, da xanh mướt, mắt lờ đờ chả khác mắt cá ươn. Tia phóng xạ đốt cổ cháy đen tựa cơm cháy, đêm ngủ, sáng ra thấy trên mặt gối từng dề da cháy rụng đầy. Nằm mãi không vận động, lại uống thuốc quá nhiều (cao máu, cao mỡ, tim, thận, phổi, gan, bao tử, gout, bứu cổ… lục phủ ngủ tạng sau stroke nát bét, rệu rã!) tôi táo bón trầm trọng, cách vài ngày Uyên phải bơm thuốc vào hậu môn "tháo cống"!

Cuối cùng, sau nửa năm chống chọi với căn bệnh ác tính, ung thư bị đây lui. Rời phòng khám sau khi nghe vị bác sĩ chịu trách nhiệm điều trị cho tôi tuyên bố vui vẻ: anh lành bệnh rồi, chúc mừng. Từ nay hàng tháng anh đến đây tái khám để chúng tôi theo dõi, nếu sau bảy năm bệnh không tái phát là anh có thể yên tâm sống hết đời.

Đẩy chiếc xe lăn ra đến parking bỗng Uyên quì xuống ôm chầm tôi tấm tức khóc,

"Em mừng quá."

Tôi vuốt mái tóc ngắn của Uyên,

"Cảm ơn baby, nếu không có sự lo toan tận tụy của baby, chắc chắn anh không qua khỏi."

Hàng cây phân chia bãi đậu xe thành hai phần ngã bóng mát nghiêng về phía tây. Phía bên kia hàng rào thấp là con lộ lớn ngược xuôi xe cộ, xa hơn nữa là khu thương mại nổi tiếng của thành phố, parking rộng mênh mông gần kín xe. Nhìn bóng ngã của hàng cây, tôi đoán khoảng ba giờ chiều. Uyên vừa mở cốp sau đưa chiếc xe lăn vào, vừa nói,

"Mình ghé nhà hàng X to go một combo cá nướng, gỏi gà, và vài món nữa, em thấy quảng cào trên TV, ăn mừng chứ."

"Sao không về chở hai đứa nhỏ ra tiệm, cho khỏe?"

"Em muốn ở nhà, thân mật hơn."

"Nửa năm nay Baby chật vật lắm rồi, nghỉ ngơi đi, bày vẽ làm gì."

Uyên gọi điện thoại về nhà báo tin tôi đã lành bệnh và bảo hai con thay đồ, chờ, ba mẹ sẽ về cùng đi tiệm.

*

Sau bạo bệnh sức khỏe tôi suy sụp nhanh chóng, tôi không ngồi lâu trước giá vẽ được, và tay càng trở nên vụng về, cầm nắm quá khó khăn, nên ít vẽ, dù rất thèm, Uyên thấy tôi buồn thường an ủi, không vẽ được thì đọc sách, hay "chơi" với em. An ra trường, trở hành họa sĩ của công ty Disney Land. Ngoài công việc chính, An còn sáng tác tranh và đã một lần triển lãm, được giới thưởng ngoạn đánh giá cao. Định cũng đã vào đại học, nó chọn ngành y. Thằng bé ngày nào khóc nhè "hành" bà ngoại đủ điều mỗi lần bà sang thăm, nay đã là một thanh niên cao to, đẹp trai, đào hoa. Uyên, sau hai mươi bốn năm kể từ ngày theo tôi - ngoại trừ thời gian xuống sắc vì lo chăm sóc tôi - đã lấy lại phong độ, trở thành một mệnh phụ ngoại hình hấp dẫn, bốn ba tuổi, cái tuổi của một trái cây chín tới. Hàng đêm, vẫn thế nằm cuộn tròn như con sâu đo trong lòng tôi, hai trái vú nằng nặng trên ngực, vẫn buộc tôi "ru"mới chịu ngủ. Nhìn Uyên hơ hớ, tôi không khỏi chạnh lòng,

"Baby thế này, anh quá già, lại bệnh."

Uyên cười, rúc vào nách tôi,

"Được mỗi đêm ôm honey ngủ, còn mong gì hơn."

"Baby không cảm thấy thiếu thốn sao?"

"Em yêu honey, đừng bỏ em đi sớm là ok rồi."

Hai năm nữa trôi qua, một lần tái khám bác sĩ báo tin buồn, ung thư trở lại! Lần này trầm trọng hơn, đã di căn nhiều nơi, chỉ hóa trị, không thể xạ trị! Nghĩ, chạy chữa chỉ vô ích thôi. Nhớ những lần vật vã vì quá mệt. Thôi thì chấp nhận ra đi. Tôi đã già, khổ đau, cay đắng, hài mãn, hạnh phúc… đã nếm đủ, chẳng còn gì tiếc nối. Tôi từ chối điều trị. Uyên và hai con khóc lóc, năn nỉ nhưng tôi nhất định giữ vững lập trường. Những ngày cuối đau quá, người ta phải chích mọt phin. Trước lúc xuôi tay, tôi cầm bàn tay Uyên, câu nói ngày nào Uyên từng xác quyết: sẽ có một ngày chú nói với cháu, "chú yêu cháu." chợt nảy ra trong tri giác đã bắt đầu nhập nhòa trắng xóa, tôi thều thào trước khi rơi hẳn vào hư vô,

"ANH YÊU EM."

PHỤ LỤC

Tôi may mắn được quen biết khá nhiều văn nghệ sĩ trong, ngoài, già, trẻ, thuộc nhiều thế hệ và thời điểm. Hai mươi bốn năm trước tôi lên kế hoạch sẽ ký họa và viết bài về những văn nghệ sĩ này. Tôi đã thực hiện được vài mươi người, thì bất ngờ bị tai biến, mắt lưỡng thị (*double vision*), phát âm khó khăn, tay chân chỉ hoạt động dưới 30%, viết, vẽ không được, phải ngồi xe lăn.

Cũng có nghĩa dự tính không thể tiếp tục.

Trong cơn tuyệt vọng tôi hủy hầu hết những ký họa và bài viết, nhủ thầm, sẽ không bao giờ nữa dan díu với cọ sơn, bàn phím.

Thế rồi để tránh trầm cảm và bệnh mất trí nhớ người già thường mắc phải, theo lời khuyên của bác sĩ, tôi mở facebook, và tập gõ bàn phím. Dần dần tôi viết được, dù chậm và khó khăn.

Kế hoạch xưa manh nha trở lại.

Nhưng tôi biết sẽ khó thực hiện. Thứ nhất, tôi mất khả năng ký họa. Thứ hai, sức khỏe không cho phép tôi lục tìm tài liệu liên quan đến các nhân vật sẽ viết.

Vì thế những bản văn hiện tại và trong tương lai không được như ý. Đành vậy và mong cảm thông.

Khánh Trường

NGHIÊU ĐỀ

Về Núi Thăm Người

(Gửi Khánh Trường thời rong chơi ca múa)

Ngày rạng - chút hơi sương trên đá
về trời theo con nắng sớm mai
núi ở Imperial cao ngất
ngồi dưới đất nầy ta biết núi cao

đá dựng - vút đỉnh trời - đá dựng
từ im hơi đã mây ngàn năm
con ốc thở hết đời sóng vỗ
giấu trong lòng đá, biển mênh mông

cây đau lá bỏ mình từng buổi
cái Bống còn xương trắng chẳng tan
nửa đêm thân hóa vàng rạng rỡ
tưởng mặt người đỏ nến hồng soi

đêm lóng lánh những đồng xu cũ
bỗng lưng đầy âm tiếng vang xưa
thời đỏ đôi nụ hồng trên ngực
cây vương trời lá ngóng chân vua

Sài Gòn Thứ Bảy nạm châu ngọc
chân bước về xóm ngõ vi vu
ngoại ô rơm óng mùa gặt mới
lót ổ ta nồng ấm hơi người

kinh đen nước quẩn quanh thành phố
gót rực hồng khi bước chân qua
người lóng lánh đạp xe lóng lánh
đất trời theo dõi miết nan hoa

ghế đẩu, uống cà phê với nhau
ở Phú Lâm thời tên bay đạn lạc
môi vẫn nhiều như lá trên cây
giăng mắc lối đi về thơm ngát

ở chân cầu xa lộ đêm hè
gió con trẻ thả rong ngoài nội
những cánh dừa đêm - những cánh dừa đêm
dịu dàng giấu tiếng người đang thở

cỏ mềm ngậm một chút sương ướt
dụi đầu mê ngủ giấc thật thà
sáng mai thức, mặt trời lên mặt
phấn hoa còn bay miết đêm qua

mắt trách móc dậy nồng nàn cũ
chỉ mình ta riêng biết với nhau
Ngã Bảy, biệt đãi người, Ngã Bảy
giấu trong trời này hạt mưa sa

hạt mưa ở nơi nào chẳng biết
có về thăm lều cỏ ta chưa
hạt mưa ở nơi nào chẳng biết
vệt hồng đào - rượu cưới ta xưa

đi trên đường Minh Mạng buổi chiều
soi mặt đám đông người kẻ chợ
lửa thuốc dài đom-đóm-đêm-hè-phố
thuở làm vua từng đốt hết Sài Gòn

đứng trên bục giảng đường vừa tan
cầm chắc nụ hôn người lẫm liệt
lộc mở toang rừng mới tinh khôi
đi hành lễ thành thân cùng nguyên đán

lộng lẫy ta thời-rong-chơi-ca-múa
dấu riêng in hồng ngực đám ôn nhu
mỗi gốc cây ta một trời nhật nguyệt
thắp mặn nồng rạng rỡ bạn bè xưa

chỗ nước xoáy chân cầu Kinh sâu
trăng sa chân đắm chìm đáy nước
cũng sa chân em nụ hôn đầu
hoảng hốt mở tay thời thương khó

con nước dậy qua cầu Bình Triệu
đổ hoang mang đám lục bình trôi
lá dăm cung cúc hoài mong ngóng
gió nào bay cây cải về trời

đi trên đường Nguyễn Huệ buổi chiều
xao xác cánh én bay về tổ
chiều tan theo từng cánh én tan
ta cũng mất tăm hơi từ đó

Sài Gòn ngồi bệt dưới mặt đất
những ngày ta nín thở qua sông
Sài Gòn dẹp lép dưới mặt đất
bóng dần tan ra biển mù tăm

đập thịt xương ngươi vào đá núi
chẳng âm vang gì tiếng thở than
ông Bụt đã ra người thiên cổ
cái Tâm giờ đã bỏ đi hoang

khuya khoắt có khi trận gió nổi
lòng ốc kêu đòi bến bãi xa
lá trạng nguyên thổi lửa bừng phố thị
về chờ trăng có buổi đi qua

ngày rạng chút hơi sương trên đá
về trời theo con nắng sớm mai
núi ở Imperial cao ngất
ngồi dưới đất này ta biết núi cao

Chocolate Mountain tảng kẹo lớn
trầm tích người ôm ngủ thảnh thơi
ngàn năm sau nếu hoa dại mọc
kể như ta tặng dữ cho người

[Nghiêu Đề]

Như mọi weekend, vừa uống xong ly cà phê sáng, nhìn ra đường, đã thấy vợ chồng Nghiêu Đề dừng xe sát lề, trước nhà. Chàng mở cửa xe xuống trước, chờ vợ tắt máy, xem lại dung nhan qua kính chiếu hậu, xuống sau. Chị Giang bước lên con đường nhỏ tráng ciment vào nhà, chàng một tay đút túi quần, lửng thửng theo sau. Nhìn cái dáng tong teo, mái tóc đốm bạc, hình như không bao giờ đụng đến lược giương, chiếc áo da màu vàng đất bất ly thân cũng hình như chưa bao giờ tốn tiền hấp tẩy, hai khủy tay lên nước bóng lưỡng, và nhất là cổ áo, eo ơi, đóng dày một lớp cáu bẩn, tôi nói với Oanh, vợ tôi,

"Em coi Nghiêu Đề kìa, lười đến độ đi đâu cũng bắt vợ lái xe!"

Oanh nói,

"Xưa nay vẫn vậy, ai mà không biết."

Riêng khoản lười, tôi nghĩ Nghiêu Đề xứng đáng được xếp vào danh sách top mười theo đánh giá kiểu Mỹ.

Một lần tôi và họa sĩ Nguyên Khai triển lãm chung ở San Jose, ngày khai mạc có một nhóm đồng nghiệp từ San Diego, Quận Cam lên chơi, nhân tiện chúng tôi rủ nhau đi San Francisco ăn cơm Tàu, cũng như thăm viếng vài nơi nổi tiếng của địa danh này.

Đêm trước ngày lên đường cả bọn tạm trú trong một Motel bình dân. Sáng ra, lần lượt từng người làm vệ sinh, tắm rửa, thay quần áo sạch. Sau cùng, đến lượt Nghiêu Đề, chàng thư thả vào restroom. Chỉ 3 phút sau chàng trở ra, nói lớn,

"Xong, mình đi."

Nguyên Khai nhìn chàng, vẻ ngạc nhiên,

"Mày không tắm, thay đồ à?"

Nghiêu Đề lừng khừng,

"Tắm làm con mẹ gì, thay đồ, tao có mang theo đâu."

Bấy giờ cả bọn mới để ý, dù đi chơi xa dài ngày, chàng không mang theo hành lý.

Điêu khắc gia Mai Chửng la lớn,

"Vào tắm đi, mày không tắm, cóc cho mày đi."

Nghiêu Đề đáp tỉnh,

"Nguyên Khai làm tài xế, cho tao đi hay không là quyền của hắn, mày cũng ăn theo như tao, lấy quyền gì cấm đoán?"

Nguyên Khai cười hiền,

"Tha cho hắn đi."

Và đế thêm,

"Hắn không tắm, nghĩ cũng đúng. Nếu hắn tắm, cáu đất trôi xuống nghẹt ống cống, khổ cho motel."

Chúng tôi chỉ còn nước cười trừ! Tất cả chả lạ gì bệnh lười của Nghiêu Đề.

Chàng vẽ đẹp, tranh chàng mượt mà, màu sắc êm dịu, đường nét mềm mại, ánh sáng mạnh, bố cục lạ. Nói chung, tranh Nghiêu Đề mang sắc thái rất riêng, không lẫn với bất cứ họa sĩ nào. Nhưng có lẽ Nghiêu Đề là một trong số các họa sĩ có ít tranh nhất. Ít, không phải vì chàng vẽ tệ, càng không phải vì thiếu đề tài, trái lại, bên trong cái dáng vẻ xanh xao, chậm chạp kia là một tâm hồn cực bén nhạy. Đọc thơ, truyện của chàng sẽ thấy rõ điều này. Ít, vì Nghiêu Đề lười vẽ. Thỉnh thoảng tôi xuống San Diego thăm chàng, thấy giữa phòng khách bày cái giá vẽ, trên giá đặt ngay ngắn một khung bố trắng tinh, dưới thảm nhiều ống sơn dầu sắp lớp. Tôi hỏi,

"Sắp vẽ à?"

Nghiêu Đề trả lời mạnh mẽ,

"Vẽ chứ, thợ mộc thì phải cưa bào, mình là họa sĩ, tất nhiên phải vẽ."

Mười hai tháng trôi qua, một hôm tôi bỗng nhớ ông bạn già, lập tức lên xe vượt trên trăm miles xuống chỗ an cư của gia đình Nghiêu Đề, bước qua ngưỡng cửa, giữa phòng khách vẫn ngạo nghễ chiếc giá vẽ với khung bố rộng trắng tinh! Khác chăng là những ống sơn đã khô, khung bố phủ một lớp bụi mỏng. Tôi hỏi chàng.

"Sao anh chưa vẽ?

Nghiêu Đề cười,

"Lười quá."

Lười, là căn bệnh mãn tính của Nghiêu Đề. Cu Bi, con trai đầu của chàng nói với tôi,

"Mẹ con thúc bao nhiêu lần, bố vẫn không vẽ."

Chị Giang từ bếp đi lên, xác nhận,

"Chưa thấy ai lười như Nghiêu Đề, lười chảy thây. Ngày nào tôi cũng thúc ông vẽ, ông nghe như vịt nghe sấm. Bó tay."

Tuy không nói thành lời, nhưng tôi cũng đồng ý với chị Giang. Bó tay thực!

Cho đến ngày ra đi vì căn bệnh quái ác, ung thư, cái giá vẽ, khung bố trắng, những ống sơn khô vẫn yên vị giữa phong khách!

Ngoài bệnh lười, chàng còn vướn thêm nhiều bệnh khác, điển hình hơn hết là bệnh coi mọi chuyện không hơn con số không. Nghiêu đề chả quan tâm đến bất cứ chuyện gì, tiền bạc, tiếng tăm, nhà cao cửa rộng, xe pháo bảnh bao…, tất cả dường như không dính dự gì đến cuộc sống của Nghiêu Đề, thậm chí có những chuyện lẩm cẩm đến buồn cười. Có lần chàng đến nhà tôi một mình, đang chuyện trò chàng chợt nhớ một việc quan trọng cần gọi về nhà dặn vơ, khổ nỗi chàng lại không nhớ số phone nhà, hỏi tôi cũng mù, vì chỉ bà xã tôi nhớ, nhưng bà ấy vừa đi chợ. Loay hoay một lát chàng quay điện thoại bàn sang… Canada hỏi một ông bạn số phone nhà của mình! Như chuyện tiếu lâm, nhưng đó là tính cách của Nghiêu Đề, người họa sĩ rất mực tài hoa và cũng rất mực dị ứng với mọi tiêu chí thường tình.

LÂM TƯƠNG DŨ

Như mọi cuối tuần, vợ chồng Nghiêu Đề bước vào nhà, tôi đứng dậy đón khách, hỏi,

"Kẹt xe không?"

Nghiêu Đề trả lời,

"Bọn này đi sớm, không kẹt."

Chị Giang ngồi xuống sofa, nhìn quanh,

"Bọn nhỏ đâu chị Oanh?"

"Trong phòng. Nhà có khách, chúng trốn biệt ở trỏng."

Chị Giang quay sang tôi,

"Hôm nay bọn mình đi đâu nhỉ?"

"Tôi tính hỏi chị, chị lại hỏi tôi!"

Nghiêu Đề chậm rãi đề nghị,

"Đến Lâm Tương Dũ, lâu quá không nghe thằng này ba hoa, cũng nhớ."

Tôi tán thành,

"Ừ nhỉ, đến "Ba gà mổ", vui đấy."

"Ba gà mổ" là biệt danh của nhà báo Lâm Tương Dũ, thấp người, không hô nhưng "mỏ" lúc nào cũng… "nhọn", tía lia không ngừng, nói theo ngôn ngữ bình dân, lắm lời đến mồm miệng không kịp kéo da non, và có dáng đi lúc thúc như... gà, là tác giả một cuốn sách best saller trong cộng đồng Việt hải ngoại: "Share Phòng Share Tình". Cuốn sách được xếp vào hàng dâm thư. Nhưng theo tôi, cuốn sách bị mang tiếng oan, chỉ là một phóng sự xã hội, đề cập đến chuyện share phòng của giới nữ lưu độc thân, gặp phải những chủ nhà có máu dê, tán tỉnh mồi chài. Dĩ nhiên có nhiều trường hợp bị cự tuyệt, song cũng không ít trường hợp, người có phòng cho share và kẻ đi share đều "trúng mánh", các ông chủ được người share cho "hưởng" thoải mái. Ngược lại người share cao tay ấn, các ông chủ bị lột tận tình, có khi gấp nhiền lần hơn tiền share hàng tháng! Để chuyện kể thêm phần hấp dẫn, thỉnh thoảng tác giả đưa vào vài pha sex, khổ nỗi những pha sex này "cổ điển", thụt lùi dễ chừng đến nửa thế kỷ, kiểu Cậu Chó của Trần Đức Lai khi xưa, thời VNCH ở Sài Gòn, dâm không ra dâm, đàng hoàng càng chả phải, đọc, tức anh ách.

Căn nhà gia đình Lâm Tương Dũ đang cư ngụ được thuê lại của nhà nghiên cứu Đào Mộng Nam(1), tuy không rộng, chỉ 2 phòng, nhưng để nhẹ tiền thuê, Lâm Tương Dũ cho share bớt một phòng, đứa con trai còn nhỏ ngủ với mẹ, chàng ngủ trên sofa ở phòng khách. Khi chúng tôi đến Lâm Tương Dũ đang loay hoay với cái phone để bàn còn trong hộp mới ẳm được, giá chỉ một đô, ở Garage sall bên kia đường. Thấy chúng tôi bước vào, Ba gà mổ lên tiếng,

"Chà, hôm nay đông đủ quá ta, lát nữa sẽ có thêm cả tá."

Nhà ba gà mổ có thể xem là tụ nghĩa đường của những tay hảo hớn sa cơ lỡ vận ở quê nhà.

Nghiêu Đề cười,

"Cuối tuần, bày trò gì cho vui."

Bày trò gì cho vui. Câu nói Nghiêu Đề đã nói bao nhiêu lần từ ngày chúng tôi gặp lại trên xứ sở này. Dư thừa vật chất, di chuyển bằng xe hơi, ở trong những ngôi nhà đầy đủ tiện nghi, nhiệt độ bốn mùa được tự động điều chỉnh thích hợp bằng máy điều hòa không khí, ngủ giữa chăn êm nệm ấm. Tóm lại, nếu đừng mơ ước xa vời, thì trong giới hạn nào đó, cuộc sống gần như không có gì âu lo. Nhưng lạ quá, vẫn thấy thiếu hụt điều gì. Nhớ những ngày ở Sài Gòn, trên chiếc mobilex cũ mèm, Nghiêu Đề từ cư xá Tam Đa xuống góc đường Bà Lê Chân, nơi có quán cà phê của Huy Tưởng, nơi hầu hết anh em văn nghệ sĩ cũ thường ghé đến. Cà phê chỉ là cái cớ, gặp nhau mới là chuyện chính, Nghiêu Đề kéo ghế ngồi giữa đám anh em, và tán nhảm. Vui.

Trên xứ người, mỗi cuối tuần, vợ chồng Nghiêu Đề vượt hàng trăm dặm, gặp vài ba anh em, "Bày trò gì cho vui", nhưng có vui nổi không?

Thêm vài người bạn chung nữa vừa đến. Chuyện nổ dòn như súng liên thanh, chuyện lớn, chuyện nhỏ, chuyện trong, chuyện ngoài, kể cả những chuyện trời ơi đất hỡi, đại loại kiểu làm thế nào để thắng "thằng cộng sản" cũng được các thầy bàn kiêm thợ nổ hồ hởi phấn khởi đề cập đến một cách hết sức… vô tư! Bỗng một hót sĩ chuyển chủ đề,

"Hôm nay đông, bày tụ xì phé đi."

Nghiêu Đề và vợ không biết bài bạc, nhưng thấy không khí vui vẻ cũng nhiệt liệt tán thành. Tôi nói,

"Ông bà mù điếc, ok nổi gì!"

Nghiêu Đề cười hiền,

"Thấy bọn mày vui, tao cũng vui."

Chúng tôi ngồi xếp bằng dưới thảm. Tụ xì phé chỉ bốn tay, các trự chầu rìa ngồi sau các tay này, mục đích ăn ké. Ba gà mổ đặt cổ bài trên chiếc đĩa nhỏ vào giữa. Tôi thầm nghĩ, cầm chắc mất tiêu chí ít tờ xanh mệnh giá một trăm! Tôi tính nóng, phổi bò, bài tốt xấu hiện ngay trên mặt, giúp các đối thủ dễ dàng "đọc" được, nên cả đời không bao giờ ăn bạc. Nhớ ngày xưa tôi phải ở lại quân đội thêm hai năm cũng vì bài bạc! Ngày ấy tôi bị thương nằm bệnh viện Cộng Hòa. Đến cận ngày xuất viện, gã trung sĩ quân y trực bắn tiếng, ngày mốt tôi ra hội đồng y khoa, muốn giải ngủ hãy chung 30.000$, sẽ được xếp vào loại 2. Chiều, bà xã tôi vào thăm nuôi, tôi trình bày sự việc. Bà ấy liền bay về nhà, gom góp, chưa đủ, bèn đem ra tiệm bán luôn mớ vòng vàng để dành, mang vào bệnh viện cho tôi "chung". Ma đưa lối quỉ dẫn đường, đêm ấy bọn cùng phòng tổ chức đánh bài. Dĩ nhiên tôi tham gia, và… 30.000$ được tôi nướng sạch! Kết quả: ra hội đồng y khoa tôi bị phân loại 2B, tức chưa giải ngủ, nhưng vì thương tích, không đi tác chiến, chỉ làm việc văn phòng!!! Thế đấy, bài bạc!

Trở lại chuyện bày trò ở nhà Lâm Tương Dũ. Tên này đánh bạc không hay nhưng nhờ cái miệng tía lia nên làm mọi người phân tâm, kết quả chàng thường gom sòng.

Cũng nhờ cái miệng tía lia, nên không đẹp trai, tài cán chỉ tầm tầm, tiền bạc thuộc loại khố rách áo ôm, vậy mà chàng lại đắc đào. Ngộ thiệt. Bà xã thứ hai đang sống với chàng hiện là con gái một cự phú nổi tiếng của Sài Gòn. Phải lòng chàng, gia đình cấm con gái liên hệ với một tên ma cà bông. Chàng bèn chơi trò đạo chích. Nửa đêm leo cột đèn chuyền sang balcon nhà nàng (cột đèn sát balcon), gõ cửa lẻn vào phòng, bày trò trăng hoa. Kết quả bụng nàng bị… cam tích, sung vù. Gạo đã nấu thành cơm. Thôi đành "thí cô hồn" đứa con gái cành vàng lá ngọc cho thằng Trương Chi chẳng biết thổi sáo nhưng giỏi leo cột điện!

Đào Mộng Nam, tác giả cuốn sách hướng dẫn tự học chữ Hán khá nổi tiếng ở miền Nam trước 1975, và ở hải ngoại ông cho in một tập thơ, dịch từ phần Thánh thi trong kinh Cựu ước, Khúc hát dâng tình (The song of love) qua bản Anh và Pháp ngữ, khổ lớn (6x9ins), bìa dày có bọc ngoài full color, giấy hoa tiên với nhiều phụ bản của Chagal. Cách đây trên dưới 30 năm, để in được một cuốn sách hình thức như vậy, là rất tốn kém. Điều này cho phép chúng ta ngầm hiểu, về vật chất Đào Mộng Nam rất khá (cùng hợp tác với bà chị ruột, ông có khá nhiều nhà cho thuê), vậy mà chung cuộc đời ông cực bi thảm, ông đã chết cô đơn (Ông độc thân suốt đời, đến khi về với hư vô). trong một căn nhà, nhờ mùi hôi phát ra, người ta mới phát hiện xác ông, tắt thở cả tuần trước, đang phân hóa.

PHẠM CÔNG THIỆN

Dung, vợ Phan Tấn Hải, chị Loan, vợ cũ Phạm Công Thiện, và vợ tôi, Thu Oanh, cùng đi tham dự buổi ra mắt hai cuốn sách viết về Bồ Tát Long Thọ của Vũ Thế Ngọc (23 năm nay, sau ngày bị tai biến, tôi gần như đoạn tuyệt với giới văn nghệ, không liên hệ cũng như từ chối mọi lời mời tham dự những buổi ra mắt sách, vốn thường xuyên tại quận Cam. Vợ tôi thỉnh thoảng thay tôi đi dự, nếu tác giả quá thân quen).

Buổi ra mắt sách bế mạc, Oanh mời Dung và chị Loan về nhà xơi bánh cuốn, chè 7 màu và "tám" chuyện, tôi cũng được tham gia.

Trong cuộc hàn huyên, chúng tôi có gợi nhắc đến Phạm Công Thiện. Chị Loan kể về những giây phút cuối cùng của "anh ấy" cùng những thói tật rất chướng khi còn sống chung với chị Loan. Tôi nói về những cú điện thoại một hai giờ sáng của Phạm Công Thiện: "Khánh Trường, đến cứu tao....". Đó là những lúc có "đại chiến" giữa "chàng" và "nàng". Vài lần đầu tôi đến, đưa Phạm Công Thiện lên một chùa quen "tị nạn".

Nhưng những lần sau tôi vờ đi, vì biết sẽ chả có chi trầm trọng. Một lần cũng xảy ra "đại chiến", cũng từ "chàng", nửa khuya, phát ra tín hiệu SOS, tôi cũng nghe và vờ đi. Sáng ra đi ăn sáng ở SL, lại thấy "chàng"một tay bế con (cháu gái rất giống PCT, thông minh cực kỳ, nay là một luật sư, vừa có chồng), một tay khoát tay vợ, "dung dăng dung dẻ", mặt mày tươi rói, đôi mắt lấp lánh sau hai cái đít chai dày cộm, bước vào SL, xem như vụ "đại chiến" đêm qua chưa từng xảy ra, hoặc chỉ là chuyện chiêm bao!

Chị Loan rất yêu PCT, Lúc nào nhắc đến "chàng" "nàng" cũng một lòng trân quí. Không sống được với nhau chẳng phải vì "nàng" không yêu PCT, mà vì, theo lời chị Loan, "giữa anh ấy và con, tôi phải chọn một". PCT là một người xuất chúng, nhưng cũng là một thứ ngựa chứng so với người bình thường. Chả hạn "chàng" thích say sưa, và khi say "chàng" thường nói năng lạng quạng đến"trời cũng sợ". Những bạn bè hay chè chén với PCT đều biết, giữa "triết gia" PCT và bợm nhậu PCT hoàn toàn không liên hệ gì với nhau. Chả hạn không đi làm nên không bao giờ biết giá trị của tiền bạc, đối với PCT, 1$ hay 100$ giá trị như nhau. Đi mua sắm với "nàng" "chàng" thường cằn nhằn "Sao em cứ trả giá. Món đồ có ghi giá hẳn hòi, em còn trả giá làm gì.". Cho nên, cũng theo chị Loan, một người cha như thế làm sao dạy dỗ được con, "nàng" đành phải chia tay với "chàng", để con bé không bị ảnh hưởng, hầu ăn học nên người. Tôi không biết quan niệm của chị L có đúng không, nhưng tôi biết chị rất yêu PCT nhưng cũng vô cùng thương con. Sự hy sinh, theo nghĩa nào đó, tình yêu của mình, cho con, của chi L là sự thật. Mấy mươi năm, chị vẫn ở thế, vò võ một mình, rất ít bầu bạn, ngày ngày đi làm, nuôi dạy con, cho đến lúc cháu khôn lớn, thành đạt. Chị L là mẫu đàn bà VN điển hình nhất tôi từng biết.

PCT giỏi ngoại ngữ, thông minh. Điều nay ai cũng biết. Sống gần PCT, chúng tôi còn biết thêm, "chàng" có một trí nhớ cực kỳ tốt. Thời gian chúng tôi cùng làm tờ bán nguyệt san Thời Nay, tiền thân của tạp chí Hợp Lưu, Phạm Việt Cường dịch truyện dài Hương Cây Hạnh, Tình Yêu Và Hoa Quỳnh của Gabriel Garcia Marquez cho tờ nguyệt san. Trong một kỳ, PCT xem xong đoạn vừa dịch, nói với chúng tôi: "Tao nhớ không lầm thì mày (PVC) dịch sai chữ này rồi, xem lại đi." Chúng tôi xem lại, quả PVC đã dịch sai. Cuốn sách này PCT đã đọc hơn 10 năm trước, hồi "chàng" còn ở Pháp.

Ngoài ngoại ngữ, thông minh và trí nhớ tốt PCT còn trân trọng vô cùng với chữ nghĩa. Với chữ nghĩa, PCT không bao giờ tỏ ra cẩu thả, xem nhẹ. Suốt 12 năm làm tờ HL, PCT va Nguyễn Tất Nhiên là hai người có bản thảo sạch nhất tôi từng biết. Đọc bản thảo thảo của họ, tôi thoải mái lắm, những dòng chữ ngay hàng thẳng lối, rõ ràng, sáng sủa. Nếu có gạch xóa thì cũng đâu ra đó, phân minh. Đánh máy, lay-out xong, thường, tôi phải đưa "chàng" xem lại có sai sót nào chăng. Trên dưới 30 năm trước, computer chưa thịnh hành như bây giờ, nhất là với lớp người trung niên trở lên. Bản thảo của họ thường viết tay. Vài người có "tân kỳ" hơn, thì cũng chỉ đánh máy bằng bàn máy chữ của thập niên 50, 60, như Thế Uyên, Hồ Minh Dũng. Thuở ấy làm báo không dễ dàng như bây giờ. Một trong những khâu làm tôi "kinh hoàng" nhất là đọc bản thảo. Mỗi tuần phải đọc hàng trăm trang chữ viết tay. Sẽ may mắn nếu được đọc những bản thảo sạch sẽ, rõ ràng. Ngược lại, sẽ "đau khổ vô biên" nếu gặp phải những bản thảo viết tháu, lại còn gạch xóa tùm lum, chú thích tiếng Tây tiếng Mỹ, tiếng Đức, tiếng Tàu loạn cào cào. Những chú thích này nếu viết rõ ràng còn khả dĩ, đàng này viết tháu còn hơn bác sĩ kê toa. Một lần tôi phải lái xe lên tận phố Tàu ở Los, nhờ một ông Tàu hay chữ đọc và viết lại hộ một vài chú thích có tiếng tàu, để sau đó tôi photocopy, thâu nhỏ lại, dán vào bản lay-out trước khi mang đến nhà in. Làm báo thời kỳ ấy khổ hơn đi đày!

Rất tiếc tôi không thể lục tìm vài bài thơ của PCT đăng trên tờ Thời Nay, trong hàng mấy chục thùng sách báo cũ chất đống trong garage. Đó là những bài thơ tôi nghĩ rất hay so với những bài thơ trong tập Ngày Sinh Của Rắn xuất bản tại miền nam VN trước 1975.

Nói đến thơ PCT, tôi chợt nhớ hai câu thơ của "chàng", hai câu, tôi nghĩ là hay nhất, bình dị, mộc mạc nhưng lại rất thơ, khác hẳn với những rối rắm bí hiểm kiểu Mặt Trời Không Bao Giờ Có Thực, Tôi hiếp dâm mặt trời, sinh ra mặt trăng!

Mưa chiều thứ bảy tôi về muộn
Cây khế đồi cao trổ hết bông.

LÊ UYÊN PHƯƠNG

Người đàn ông tóc dài ôm đàn ngồi trên ghế cao, ngước mặt nhìn vào khoảng không, tiếng hát và tiếng đàn vẫn ngất ngất đam mê như buổi đầu, cách đây hơn nửa thế kỷ. Chỉ khác, xưa sóng đôi với người con gái tóc dài, ngấn cổ cao, đôi mắt to đen, dáng cao trong chiếc áo dài raglan tà ngắn. Đôi uyên ương này một thời là thần tượng của giới sinh viên học sinh. Nay, chỉ một mình với cây đàn, giữa sân khấu, dưới ánh đèn màu, trong một vũ trường nhỏ nằm rìa thành phố trên xứ lạ.

Thời gian và đổi thay, đổi thay của quê hương, đổi thay của mỗi phận người. Định luật vô thường đã và đang hiển lộng.

Giữa bóng tối nhá nhem, tôi ngồi trong góc khán phòng nhìn lên sân khấu. Dáng vẻ cô đơn, buồn bã của người đàn ông khiến lòng tôi trắc ẩn. Tiếng hát dứt, tiếng vỗ tay, đèn chuyển màu bừng sáng. Người đàn ông rời ghế đứng lên cúi đầu chào khán giả, lặng lẽ khuất sau cánh gà sân khấu. MC xuất hiện giới thiệu một tiếng hát khác. Đứng dậy đi về phía cánh cửa nhỏ dẫn vào hậu trường, ngang qua đám ca sĩ đang ngồi tán chuyện, chờ đến lượt mình, tôi tiến về phía người ngồi lẻ loi cuối phòng. Cây đàn đã vào bọc vải, dựa tường cạnh bên, ngước nhìn tôi, ông nói,

"Mình về được rồi."

Và đứng dậy, vắt cây đàn quàng qua vai rồi cùng tôi rời hậu trường bằng cửa sau, ra parking. Tôi vừa khởi động máy vừa nói với người đàn ông,

"Xuống Bolsa ăn phở."

"Ok, giờ này có tô phở nóng, tuyệt."

Xe chạy chậm trên con lộ rộng. Nửa đêm về sáng, cảnh vật dường như yên tĩnh và thông thoáng hơn. Chúng tôi vào một quán phở mở cửa overnight. Quán ban ngày phục vụ khách thập phương, ban đêm, chủ yếu dành cho giới ca sĩ, nhạc công và khách túa ra từ các vũ trường, những tụ điểm văn nghệ, các sòng bạc. Tôi order hai tô phở tái nạm gầu. Trong lúc chờ thức ăn mang ra, tôi nhìn qua khung kính lớn, bên kia đường là khu thương xá lớn, biểu tượng của người Việt trên đất Mỹ nói riêng và thế giới nói chung. Khu thương xá đã đóng cửa từ sập tối, tọa lạc giữa parking, chỉ còn lác đác vài chiếc xe lẻ loi. Những ngọn đèn tỏa ánh sáng lạnh lẽo xuống sân rộng, nổi rõ những vạch sơn trắng, vắng lạnh, khác hẳn với sự xô bồ, huyên náo của ban ngày. Ban ngày, muốn tìm một chỗ đậu trong khu parking mênh mông kia chắc chắn không dễ.

Ăn xong tôi đưa người đàn ông về. Thỉnh thoảng tôi vẫn đến và ở lại qua đêm với người đàn ông này, cách nhà tôi khoảng một giờ xe, cùng ông ta đến vũ trường, thứ nhất để nghe ông hát, thứ hai, để hàn huyên tâm sự. Trên đường đi, chúng tôi nói đến tập nhạc đang in, đó là tuyển tập những ca khúc làm nên tên tuổi của người đàn ông và người bạn đời một thời. Tập nhạc có chân dung tác giả do tôi vẽ, mang tên, Khi Loài Thú Xa Nhau, bài hát chủ lực của tập nhạc,

Theo em xuống phố trưa nay đang còn chất ngất cơn say
Theo em bước xuống cơn đau, bên ngoài nắng đã lên mau
Cho nhau hết những mê say, cho nhau hết cả chua cay
Cho nhau chất hết thơ ngây, trên cánh môi say
Trên những đôi tay, trên ngón chân bước về tình buồn,
tình buồn

Yêu nhau giữa đám rong rêu, theo dòng nước cuốn lêu bêu
Đi qua những phố thênh thang, đi qua với trái tim khan
Đi qua phố bước lang thang, đi qua với trái tim khan

Theo em xuống phố trưa mai đang còn nhức mỏi đôi vai
Theo em bước xuống cơn đau, bên ngoài nắng đã lên mau
Cho nhau hết những mê say, cho nhau hết cả chua cay
Cho nhau chất hết thơ ngây, trên cánh môi say
Trên những đôi tay, trên ngón chân bước về tình buồn,
tình buồn

Qua đi, qua đi dứt cơn mê
Tình buồn chồng chất lê thê
Qua đi, qua đi dứt cơn say
Tình này tình rồi thay

Ta sống trong vũng lầy
Một ngày vùi dần, còn vùi sâu, còn vùi sâu
Trong ngao ngán không dứt hết cơn cơn ê chề
Ta sống trong vũng lầy
Một ngày vùi dần, còn vùi sâu, còn vùi sâu
Trong ngao ngán không dứt hết một, một lần đau.

Bài hát đưa tôi về những năm tháng cũ. Thuở ấy tôi đang trong quân ngũ. Sau những tháng dài hành quân, tôi trở lại thành phố và chìm đắm trong những trận nhậu, những cuộc truy hoan, và những buổi tối trong không khí vũ trường Đêm Màu Hồng, từ dưới nhìn lên bục nhỏ, cặp uyên ương Lê Uyên và Phương đang trình diễn. Người con gái vươn ngấn cổ dài, mái tóc chẻ ngôi giữa xõa xuống đôi vai. Người con trai ôm đàn, khuôn mặt xương, bộ ria mép đen rậm. Tiếng hát khàn đục của người con gái, đắm say, chất ngất đam mê, nồng nàn hương vị tình yêu đôi lứa, và giọng trầm của người đàn ông hòa quyện, quấn quít, biến họ thành một cặp uyên ương tưởng chừng sẽ mãi mãi bên nhau, không chỉ kiếp này, mà sẽ ở kiếp sau, nhiều kiếp sau nữa. Thế mà giờ đây mỗi người một ngã, mỗi người mỗi phần số nổi trôi giữa dòng đời nghiệt ngã, trên một xứ sở chẳng phải quê hương bản quán; chẳng phải nơi có những triền đồi, những lũng sâu, những ruộng hoa mênh mông rực màu trong nắng mai vàng óng, những ngọn thông cao rì rào tiếng gió, và sương mù lãng đãng phủ kín không gian, và mặt hồ lạnh căm lặng sóng, và thác đổ trắng xóa từ ghềnh cao. Thế mà giờ đây người đàn ông đêm đêm một mình với cây đàn, lẻ loi, cô đơn trên sân khấu, vẫn những bài hát xưa, nhưng bây giờ người đàn ông hát, chỉ như chiếc cần câu cơm áo nuôi tấm thân đã ngả bóng tà.

Tập nhạc là tác phẩm thứ hai sau Không Có Mây Trên Thành Phố Los Angeles cũng của người đàn ông này. Tập truyện ngắn và tùy bút chở những suy tư của một con người đã đi qua hầu hết mọi cung bậc cuộc đời. Chừng mực, trầm tĩnh, chín chắn, Không Có Mây Trên Thành Phố Los Angeles phản ảnh một phần con người, cá tính, niềm vui, nỗi buồn và khát vọng của một nghệ sĩ những mong được sống và cống hiến.

Tôi quen Lê Uyên Phương dễ chừng trên bốn mươi năm. Giao tình giữa chúng tôi khá mật thiết, anh là nhân vật của công chúng, rất nhiều người biết anh. Tuy vậy anh rất ít bạn, sống khép kín. Mỗi chủ nhật anh xuống thành phố tôi đang cư ngụ chỉ để thăm con gái và vài người bạn, trong số ít oi đó có tôi. Chúng tôi hoặc ngồi nhà hàn huyên hoặc cùng nhau đến các hàng quán. Trong khung cảnh quen thuộc, với những món ăn hợp khẩu vị và vài chai bia, Lê Uyên Phương say sưa nói về những sáng tác anh đã thực hiện. Đó là những tác phẩm âm nhạc mang nặng tư duy triết học. Anh tỏ ý hài lòng với những sáng tác này. Riêng tôi, sợ anh buồn tôi không bày tỏ nhận xét của mình. Nhưng trong thâm tâm tôi không thể không kết luận, đó là những tác phẩm thất bại, sẽ vô phương nếu muốn tìm sự đồng cảm của người nghe. Triết học trong âm nhạc, nếu có, chỉ nên nhẹ nhàng thơ mộng, chứ không thể khô cứng, tối tăm.

Những trên hết, vượt qua những thành công và thất bại trong lao động nghệ thuật, Lê Uyên Phương là một người bạn tốt, thủy chung, rộng lượng, hào sảng. Đó là một người đàn ông đúng nghĩa.

Cho đến ngày anh phát hiện mình mang bệnh nan y, và chờ ngày lên đường. Tôi bàng hoàng. Cảm giác sắp mất một thứ quý giá, biết nhưng không cách nào giữ lại. Tôi buồn, buồn lắm. Và rồi chuyện phải đến đã đến. Lê Uyên Phương đã ra đi.

Tôi lại mất thêm một người bạn thân.

PHIẾM, SONG THAO

Tôi soát lần cuối chiếc túi xách trước khi ra phòng khách ngồi chờ xe đến đón chở vào trung tâm lọc máu (chạy thận). Yên tâm không thiếu món gì. Tấm mền đơn, chai nước lọc, bịch chip và quan trọng nhất, một cuốn sách. Trọn năm nay cuốn sách tôi luôn mang theo là Phiếm của Song Thao. Nằm gần bốn giờ bên cạnh chiếc máy to đùng cao quá đầu người, dây nhợ chằng chịt, nối với cánh tay trái ghim hai cây kim như hai que tăm. Một cây rút máu ra đưa vào máy, một cây trả máu về cơ thể sau khi đã lọc sạch độc chất. Qui trình này vận hành liên tục suốt gần bốn tiếng, từ 5 giờ sáng đến 9 giờ sáng. Căn phòng nhỏ, môt sink rửa mặt, một tủ chứa các dụng cụ y tế linh tinh, trên tường, một TV, bên cạnh ghế nằm, một remote control. Thỉnh thoảng y tá vào xem chừng, hỏi vài câu quen đến thuộc lòng,

"You ok?"

"Yes, I'm ok."

Y tá nhìn vào máy, đọc biểu đồ,

"Hôm nay máu you hơi cao đấy nhé, trước khi đi có uống thuốc không?"

"Dĩ nhiên, quên sao được."

"Ở nhà, chỗ ghim kim có leak không?

"Không.

"Có bị cramps (vọp bẻ) không?"

"Đôi khi."

"Lack of water, drink water."

"I know."

...

6 giờ sáng tôi coi tin tức, đài CBS. 7 giờ, chuyển qua mục khác. Tôi tắt TV, đeo cặp kính lão và bắt đầu đọc. Vừa đọc vừa nhai chip. Một hình thức đốt thì giờ khá hiệu quả.

Nhiều năm qua tôi đã đọc dễ chừng vài trăm cuốn sách. Từ khô khan nhức đầu như những cuốn triết dày cộm của anh bạn gốc Quảng Trị Nguyễn Hữu Liêm. Càng đọc càng không hiểu. Tại tôi ngu hay tại chữ nghĩa của Nguyễn Hữu Liêm... cao siêu, tân kỳ? Đến loại sách lẩm cẩm như Bí Ẩn Về Bóng Và Nhập Đồng hay tôn giáo như Những Điều Huyền Diệu Của Kim Cang Thừa... Đông tây kim cổ, thượng vàng hạ cám. Đọc ráo, mắt mờ, chảy nước mắt sống. Bỏ sách xuống, khép mi tìm giấc ngủ hay để trí nhớ lang thang về những tháng ngày dĩ vãng. Xa, vài mươi niên trước. Bảy năm quân ngũ, bảy năm mòn gót giày saut hết rừng núi bạt ngàn cao nguyên, đến mênh mông chập chùng những cồn cát bỏng rát nắng hạ Lào miền địa đầu giới tuyến. Những khúc xương trắng, đầu lâu trong các hố bom sâu. Những cánh rừng khô cháy vì thuốc khai quang. Xác đồng đội bó trong poncho sắp hàng ngoài trảng trống chờ trực thăng đáp xuống đưa về nghĩa trang Biên Hòa. Xác địch quân phơi trên rào kẽm gai đêm qua công đồn chưa lấy xuống. Những đêm mưa rừng lê thê, nằm co ro trên võng, dưới mái poncho nhìn hỏa châu sáng rực bầu trời ngoài xa. Những ngày lội sình ngang ngực vùng sông nước chằng chịt kinh rạch. Những đêm ngủ gà ngủ gật di hành từ làng này sang bản nọ. Bảy năm, một phần đời khó quên. Rồi những người vợ, những đứa con, và những bóng hồng, những cuộc tình, những tháng ngày rong chơi trác táng, rượu chè, gái gú, hút sách, và bây giờ, hai mươi mấy năm ngồi xe lăn, mỗi tuần 3 ngày lọc máu… Nghĩ chán, nhớ chán lại nâng sách lên, lại đọc…

Gần trọn năm nay loại sách tôi chăm chỉ đọc là những cuốn Phiếm của Song Thao.

Trung bình mỗi tháng một cuốn khoảng từ ba đến bốn trăm trang. Một năm, tôi chỉ mới ngốn non nửa số chữ Song Thao đã viết, tính đến nay, gồm 26 cuốn, trên dưới 8.000 trang sách! Tôi lặp lại, hai mươi sáu cuốn! Càng đọc tôi càng kinh ngạc, sức làm việc của bạn tôi thực đáng nể. Nể, vì để sản sinh ra những trang chữ đó Song Thao đã đọc, đã ghi chú không biết bao nhiêu sách vở, bài báo trên giấy, trên internet. Có lần tôi nói, Phiếm của Song Thao chả khác gì môt loại Bách Khoa Tự Điển, thâu tóm gần như toàn bộ kiến thức của nhân loại trong mọi lĩnh vực, khoa học, văn học, xã hội học, kinh tế, chính trị… Những ai kiến thức khiêm nhường (như tôi) rất nên tìm đọc Phiếm của Song Thao. Điển hình, cuốn mới nhất tôi vừa nhận được, cuốn thứ hai mươi sáu. Chỉ đọc mục lục, tôi đã hình dung vô số điều sẽ được học hỏi. Thử chép lại mục lục để chứng minh tôi không nói ngoa,

mới phát hành – Lương Thư Trung

- Song Thao trên Facebook – Luân Hoán

Đủ cả, chuyện nhỏ, chuyện lớn, chuyện xa, chuyện gần, chuyện văn học, phỏng vấn, giới thiệu sách…

Tôi trích vài đoạn trong Phiếm 26 để bạn đọc phần nào hình dung được sự duyên dáng, quảng bác của tác giả:

Chắc chúng ta đều biết câu thành ngữ: cà cuống chết đến đít vẫn còn cay. Ngoài nghĩa đen khen ngợi tinh dầu cà cuống, câu này còn có nghĩa bóng, ám chỉ những người ngoan cố, bảo thủ, cố chấp, cay cú trước sự thất bại hoặc cái sai trái rành rành của mình. Tôi vốn có lòng thương cà cuống, ít nhất chúng là một phần tuổi thơ của tôi, nên rất bất mãn với cổ nhân. Cà cuống đâu có cay như ớt, như gừng để gừng càng già càng cay. Tinh dầu cà cuống thơm tới mê đắm. Vậy có nên chăng sửa lại câu thành ngữ trên: cà cuống chết đến đít vẫn còn…thơm!

(Cà Cuống)

Cây phong đã nâng đất nước Canada của chúng tôi lên một vị trí siêu quần. Vừa phục vụ cái miệng, vừa làm đầy con mắt. Mùa xuân có xi-rô phong, có cabane à sucre. Mùa thu có những hàng cây lá đỏ lá vàng làm đất nước nổi cộm như là một nơi có màu lá đẹp như mơ. Nếu tôi là ông Trà Lũ, đồng bào và đồng hương nơi đất lạ của tôi, thì tôi đã ngợi ca đây là "đất thiên đàng". Ca xong mới thấy rét. Bộ mình đang ở thiên đàng rồi sao? Nghe như chết đi sống lại!

(Cabane à Sucre)

Hình như thời nhỏ của chúng tôi, đứa nào cũng thích vác cần câu. Tôi cũng câu kiếc vào khoảng 10 tuổi. Hà Nội hồi đó có những vùng ven đô có ao, có rặng tre, có những thửa vườn. Ngày nghỉ học, tôi đạp xe ra ngoại ô thả cần câu. Nói cho oai vậy thôi chứ tôi chỉ là thứ ăn theo. Cậu tôi là người thích đi câu.

Cứ cuối tuần là na theo tôi và ổ bánh mì giò chả đi ngồi bờ ngồi bụi nguyên một ngày. Cành câu được cắt thành từng đoạn ngắn cột dọc theo khung xe cho tiện. Khi hành nghề, ráp chúng lại. Đầu mỗi đoạn có một ống bằng đồng, khớp với nhau. Thứ cá tôi câu hồi đó là cá giếc. Mồi là những con giun đỏ. Giun này nhỏ hơn giun đất, có mùi đặc biệt riêng, cá giếc rất thích. Chúng được cha con tôi nuôi trong những chiếc vại đất lớn. Thực phẩm của chúng là phân bò. Phân bò được lượm trên những bãi cỏ gần bờ đê, nơi người ta thường thả bò ăn cỏ. Có cần câu, mồi giun chưa đủ. Trước khi khởi hành, phải rang thính bằng gạo. Khi nào gạo vàng, có mùi thơm là được.

(Câu)

Chân dài ngày nay là thứ mà các ông săn đuổi. Hình như ông nào cũng thích chân dài. Theo tôi nghĩ, chân dài chỉ là một trong những yếu tố tạo nên một cặp chân đẹp. Các yếu tố khác có thể kể như sau: đầu gối phải trơn mát, không có mỡ, mắt cá chân săn chắc và bắp chân phải cao.

Chân dài là chuyện thời đại. Ngày xưa có ai thèm để ý tới chân ngắn chân dài, chân nào chẳng đi được. Vậy mà các cụ cũng góp được tiếng nói. Chắc chúng ta đã thuộc nằm lòng mấy câu mô tả "đức tính" của phụ nữ trên giường. Tôi chỉ nói tới chuyện chân dài. "Trường túc bất chi lao". Chân dài chiến đấu rất kiên cường trong chốn phòng the. Những cô mình sếu chân giang / Một đêm giết chết cả làng trai tơ. Các cụ có đúng không, khoa học ngày nay cũng đã phân tích. Theo một nghiên cứu về tình dục học của Đại Học Công Giáo Louvain bên Bỉ thì những phụ nữ có dáng đi mạnh mẽ và nhanh nhẹn thường nhận được cảm giác cực khoái hơn những phụ nữ có dáng đi yếu ớt. Sự nhanh nhẹn và mạnh mẽ lại là đặc tính của những chân dài.

(Chân Dài)

Ngoài nước, phong trào karaoke của người Việt hải ngoại

rộ lên vào thập niên 1990 của thế kỷ trước. Hầu như nhà nào cũng có dàn máy. Có từ hai người trở lên là có thể gân cổ lên được rồi. Nhưng hát như vậy uổng. Giọng vàng phải được nhiều người thưởng thức. Vậy là chia tua nhau, mỗi cuối tuần tới một nơi, ăn uống rồi karaoke. Càng đông càng hào hứng. Tự nhiên có nhiều người bỗng khám phá ra mình có tài ca hát.

(Karaoke)

Thứ kim chi ngon nhức răng mà tôi được thưởng thức là kim chi được ăn tại tư gia của Đại sứ Việt Nam Cộng Hòa tại Seoul. Rất đậm đà, ngọt ngào và để dư vị trong miệng. Khi đó, năm 1971, Đại sứ là Trung Tướng Phạm Xuân Chiểu. Bà Đại sứ cho biết đây là kim chi làm tại nhà. Ngoài rau củ, kim chi được ướp thêm tôm, cá, nghêu sò và các hải sản khác. Thấy mấy cô gái giúp việc toàn là người Hàn, tôi nghĩ có lẽ đây là thứ kim chi chính cống Hàn quốc nhưng có bàn tay Việt Nam chỉ đạo! Nghe bà Đại sứ sai bảo các cô bằng tiếng Hàn rành rẽ, tôi khen với ông Đại sứ tài nói tiếng Hàn của bà. Ông cười nói: "Anh chưa nghe bà ấy nói tiếng Đan Mạch, hay hơn nhiều!".

(Kim Chi)

Rượu với tôi cũng là loại tri kỷ. Ở Việt Nam thì bia làm chuẩn. Qua tới bên đây, vang đỏ tiếm quyền của bia. Chẳng phải vì tôi phụ bạc bia nhưng căn bệnh gout của tôi bị ông lang tây Trang Châu cấm cửa với bia. Đóng một cánh cửa, ông mở cho tôi cánh cửa khác. "Toa uống vang đỏ được!". Từ đó, tôi lên đời, thay bia bằng vang đỏ. Khi Covid lò dò đến, trong nhà chẳng còn chai rượu đỏ nào, ra ngoài thì ngại con vi khuẩn tàn bạo bám theo, vậy nên còn chai cognac để dành đã lâu, tôi mang ra xử. Covid chưa hết, cognac đã không còn. Nhìn trong bếp thấy có chai rượu nấu ăn, định mang ra chơi tiếp nhưng bị rầy rà nên thôi. Không biết rượu nấu ăn, cũng 45 độ cồn, có uống được không, tôi chẳng dám đùa... Sau 1975, kẹt lại, bia cũng leo lên hạng quý phái, chúng tôi toàn chơi bia tươi nhạt phèo. Có lần uống bia mà chua miệng, Khánh Giang, chàng ký giả bợm rượu, đã kéo tôi đi nhậu rượu đế. Rượu đế hồi đó bán lềnh khênh, góc đường nào cũng có. Rượu trong veo, nghe nói có pha thuốc rầy, nhưng khi uống nhắm mắt nên có pha hay không, cần chi biết. Lần đầu đổ "nước mắt quê hương" vào miệng, tôi say nhè, đi đứng không vững. Khánh Giang dìu tôi về nhà, ngồi mãi không đứng lên nổi. Từ đó cạch tới già!

(Rượu Đế)

Thông thường ra thì chúng ta có một vợ một chồng. Ông nào có hơn con số trên là chuyện đáng tự hào. Vậy thì muốn cho sự việc cân cái thì các sản phụ phải tạo thăng bằng: có một thằng cu phải có một cái hĩm. Nhưng chuyện cân đối này không bao giờ có. Các bà cứ nhắm mắt sản xuất, bất cần thằng hay con. Từ đó nảy sinh ra chuyện thừa thiếu. Các bà gây ra nhưng lỗi tại các ông. Trời đã sinh ra sự phối hợp giữa trứng và tinh trùng để tạo ra một sinh linh trên cõi đời. Sinh linh đó có thể là nam hay nữ. Mà nam hay nữ là do cái con loăng quăng của các ông có nhiễm sắc thể X hay Y. Trứng của các bà luôn giữ vững lập trường chỉ có X. Nếu X của các ông gặp X của các bà thành XX thì lòi ra thị mẹt. Nếu Y của các ông hội ngộ với X của các bà thành XY thì ra thằng cu. Vậy trăm tội đều do các ông. Ý trời là half and half cho cân xứng nhưng chẳng hiểu các ông làm ăn lóng ngóng ra sao để chẳng bao giờ có con số cân đối cả. Tội rành rành mà còn đổ hô các bà không biết nặn cho ra thằng cu nối dõi tông đường. Đổ tội xong hân hoan kiếm bà khác với hy vọng bà này biết sanh tốt hơn!

(Thiếu và Thừa)

Khẩu trang là vật bất ly thân. Ra đường phải nhớ bịt mồm bịt miệng. Nhìn mấy chú cẩu nhởn nhơ, ngó lên sủa vài tiếng vu vơ mà muốn đá cho mấy đá. Cái thứ không sủa bi chừ phải rọ mõm. Cái thứ vừa sủa vừa làm vàng cỏ lại bình an vô sự...

(...) Nhưng nhân tâm tùy...mạng mỡ. Có người không kiếm lợi nhuận nhờ đại dịch nhưng cũng có người coi đại dịch như một cơ hội tung tiền ra trình diễn cái tôi. Một đại phú gia người Trung Quốc sống ở Mỹ đã tung tiền ra để mướn công ty Yvel của Do Thái làm một chiếc khẩu trang đắt nhất thế giới. Thứ vài chục hay vài trăm như tôi hài ra ở trên là đồ bỏ. Chiếc khẩu trang đang do ông Isaac Levy thực hiện cho ông đại phú Trung quốc ngông nghênh này có giá sơ sơ một triệu rưởi đô Mỹ! Cái bịt miệng của ông đại phú này được làm bằng vàng trắng có đính 3.600 viên kim cương, được bổ sung bằng các lớp lọc của khẩu trang N99. Nặng tiền nên nó cũng nặng kí. Nặng tới 270 grammes, gấp 100 lần khẩu trang y tế thông thường.

Với sức nặng như vậy, chuyện mang nó trên mặt là chuyện bất tiện. Người ta phỏng đoán là nhà tỷ phú có máu đại hán này chỉ muốn làm le chứ đeo điếc chi được. Tôi nghĩ muốn đeo cũng được, chỉ tội nó sẽ kéo cái mặt xuống. Mà chuyện kéo cái mặt muốn nổi đình nổi đám xuống trong khi cả thiên hạ điêu đứng về bệnh dịch có một không hai này cũng hợp lý thôi. Nếu cái khẩu trang huênh hoang này kéo được mặt vị đại gia sát xuống mặt đất thì tốt. Quá tốt!

(Khẩu trang)

Ngoài kiến thức, đọc rộng, chịu khó truy tầm tìm kiếm tài liệu, những cuốn Phiếm của Song Thao luôn lôi cuốn, hấp dẫn bởi văn phong nhẹ nhàng, thông minh, dí dỏm.

Nói tóm, tôi có thể khẳng quyết không chút phân vân, lịch sử văn học Việt Nam, từ lúc chữ viết theo mẫu tự La Tinh ra đời, Song Thao đã, đang và sẽ là người viết phiếm vô đối.

NHẬT TIẾN

Cách đây 25 năm, nhà tôi cách nhà anh Nhật Tiến khoảng 5 phút xe. Nhiều buổi chiều nếu không đi nhậu tôi thường tản bộ trong chu vi một dặm vuông quanh nơi cư trú, vừa thể dục vừa suy nghĩ đủ chuyện, hội họa, văn chương, thời sự... Nhiều bức tranh, nhiều trang chữ được thai nghén vào thời điểm này. Suốt ba năm, cho đến ngày gia đình tôi chuyển đến nơi khác, tôi vẫn trung thành với độc nhất một lộ trình. Lộ trình này sẽ ngang qua nhà anh Nhật Tiến, nằm góc một vòng cua trong khu xóm yên tĩnh nhiều bóng cây dọc hai vỉa hè. Nhìn sân trước, nếu không thấy xe, tôi biết anh đã ra ngoài, ngược lại, anh có nhà. Thường, tôi ít khi ghé vào, bởi giản dị, chuyện trò với anh tôi phải luôn giữ mình, không thể lếu láo, bông phèng như bản chất tôi vốn thế. Nhưng từ lúc Hợp Lưu ra đến số 3, cụt vốn, tôi phải "cứu" bằng cách viết và bán cho một nhà xuất bản một cuốn dâm thư lấy tiền tiếp tục duy trì tờ báo. Tuy Hợp Lưu không chết, song bị "tẩm quất" khắp nơi, từ tít mù bên trời Âu, Pháp, Đức, Na Uy, Đan Mạch… đến láng giềng gần, Canada, Mễ. Riêng tại quận Cam, Mỹ, không tuần nào tôi không bị mang ra "hài tội" và rủa sả, bỉ thử. Chả hạn trong bài phiếm một tờ tuần báo viết thế này, về tôi: "Ra đường, nhỡ gặp KT, tránh không được buộc phải bắt tay, thì để khỏi lây bệnh aids, nhớ cẩn thận đeo vào mười ngón tay mười cái condoms." (ý nói hai tay tôi từng gõ bàn phím viết dâm thư nên vi trùng aids bám đầy, nguy cơ lây bệnh rất cao nếu không bảo vệ bằng những cái condoms!)

Tâm trạng tôi thời điểm này không mấy tốt vì phải tứ bề thọ địch, thường trực cảnh giác, chống trả, tả xung hữu đột. Nhiều lúc mệt mỏi quá, tôi ghé anh Nhật Tiến, cốt tâm sự, và tìm đồng minh. Anh tiếp tôi đúng phong cánh nhà giáo, từ tốn nhưng vui vẻ, tận tình, bằng tấm lòng rộng mở của một người anh hiểu biết và cực kỳ sâu sắc. Anh đồng cảm việc tôi đang làm. Để khích lệ cũng như tiếp sức, anh bảo tôi đưa tên anh vào ban biên tập, dù tôi chưa mời. Có lẽ nhờ uy tín của anh nên sau đó, nhanh chóng, đã thêm rất nhiều nhà văn, nhà thơ trên khắp thế giới bằng lòng ghi tên vào "sổ phong thần" để cùng tôi nghe chửi!

Nhờ tác quyền cuốn dâm thư, và nhờ sự đánh phá… cạn tàu ráo máng của các đấng có lập trường chống cộng kiên định, tờ báo bỗng nổi tiếng, độc giả tò mò tìm mua và đọc. Nghề của tôi là vẽ vời, liên quan mật thiết đến mỹ thuật, nên ngoài nội dung bài vở, hình thức của tờ báo cũng là điều tôi quan tâm rất mực. Tôi vẫn quan niệm một bài báo, một cuốn sách sẽ được lưu ý, trân trọng nếu trình bày, in ấn đàng hoàng. Hợp Lưu đáp ứng được hai yêu cầu trên, bài vở phong phú, hình thức mỹ thuật. Tờ báo được đánh giá là diễn đàn văn học nghệ thuật biên khảo đẹp và uy tín nhất ở hải ngoại vào thời điểm ấy.

Thành quả này tất nhiên không do một mình tôi tạo nên, mà là công sức, tim óc của tất cả anh chị em từng cộng tác với tờ báo. Rõ nét và cụ thể nhất là những người gần gũi với tôi, như anh Nhật Tiến. Một lần tôi ghé anh, mặt mày cau có bặm trợn. Anh hỏi,

"Việc gì thế?"

Tôi vọt miệng chửi thề,

"Đụ mẹ, tức chịu không nổi."

Anh nhìn tôi nhỏ nhẹ,

"Bình tĩnh nào."

Chợt nhận ra mình vừa thô lỗ, tôi xuống giọng,

"Xin lỗi anh."

Anh bảo tôi ngồi xuống sofa, mở tủ lạnh lấy chai nước lọc đẩy về phía tôi,

"Uống đi cho hạ hỏa rồi nói tôi nghe, chuyện gì."

Tôi kể, đêm qua khoảng 2 giờ sáng điện thoại reo, tôi bắt máy thì lập tức tiếng rủa xả thô tục từ đầu dây bên kia ném sang, kèm theo lời hăm dọa: "Đụ mẹ thằng Việt cộng nằm vùng, bọn tao sẽ ném lựu đạn vào nhà, cho cả lũ chúng mày chầu diêm vương." Nổi máu du côn, tôi đáp trả: "Đụ mẹ chúng mày, nói đéo thiêng, ngon, sáng mai, đúng 10 giờ tao chờ chúng mày ở Mile square park muốn chơi kiểu gì cũng được, tay không, dao, súng, tao cân tuốt."

"Thế sáng nay thế nào?"

"Em ra Mile square park, chờ mãi chả thấy thằng nào."

Thực ra tôi đã tiên liệu kết cục này, Bảy năm ở lính tôi rành quá bọn chuyên đánh võ mồm, chửi rủa thì không ai bằng, đụng chuyện là co vòi ca bài tam thập lục kế tẩu đào vi thượng sách.

Bấy giờ anh Nhật Tiến mới từ tốn,

"Cậu nóng quá mất khôn, ngộ nhỡ gặp đứa cũng nóng như cậu, ra điểm hẹn cùng cậu thi thố võ công, dao, súng. Ăn thua chưa bàn đến, chỉ thấy nhãn tiền là cậu và nó bị bắt, nằm ấp. Thiệt thân lãng xẹt. Sao không thâu băng giao cảnh sát? Trên xứ này, hăm dọa kiểu đó tù mọt gông là cái chắc."

Ngẫm, anh Nhật Tiến nói không sai. Nóng tính và phổi bò là nhược điểm lớn nhất gây không ít rắc rối cho tôi trong dĩ vãng. Suốt mười ba năm làm Hợp Lưu, đã không ít lần anh Nhật Tiến giúp tôi kềm chế, suy nghĩ thiệt hơn trước khi đưa ra một quyết định liên quan đến tờ báo. Như chuyện nhận hay không tài trợ.

Tôi quen với Đoàn Văn Toại. Một hôm Toại nói,

"Ông muốn xin tài trợ của chính phủ cho tờ Hợp Lưu không?"

Và giải thích, Quốc Hội Hoa Kỳ có một phân bộ là "Viện Vận Động Dân Chủ". Viện này có một ngân sách lớn, dùng để tài trợ cho các tổ chức đối lập tại các quốc gia độc tài, thiếu vắng dân chủ, Việt Nam nằm trong danh sách những quốc gia thuộc dạng này. Nếu tôi xin, với lời giới thiệu của Toại, bảo đảm sẽ được. Tôi vui lắm, mét ngay với anh Nhật Tiến, anh nói,

"Chuyện quan trọng, cậu họp ngay ban biên tập đi."

Tôi triệu tập một buổi họp. Địa điểm, garage nhà tôi, cũng là tòa soạn Hợp Lưu. Buổi họp chừng sáu người, tôi không nhớ chính xác gồm những ai nên không nêu tên, nhỡ sai, không hay. Hầu hết mọi người cùng quan điểm với tôi, dưng không mỗi năm có 10.000 đô (số tiền này sẽ tăng hàng năm) không còn lo tờ báo chết. Chỉ riêng anh Nhật Tiến phản đối, anh nói,

"Ngày xưa tờ Sáng Tạo của Mai Thảo vì nhận trợ cấp của Mỹ mà mang tiếng đến bây giờ. Hợp Lưu tự nuôi thân được, không việc gì phải xin trợ cấp. Các bạn hẳn biết không đồng tiền nào ném ra mà không có những điều kiện kèm theo. Điều kiện rõ nhất ngay khi mình chấp nhận nhận tiền là mỗi số báo phải có ít nhất một bài phê phán, kêu gọi tự do dân chủ cho Việt Nam, bài báo này phải được dịch sang tiếng Anh gửi cho Viện Vận Động Dân Chủ. Các bạn nghĩ xem, phiền phức không?"

Sau một hồi bàn thảo, tất cả đều công nhận điều anh Nhật Tiến nói là đúng. Và ban biên tập quyết định từ chối trợ cấp.

*

Tôi quen khá nhiều văn nghệ sĩ thuộc mọi bộ môn, trong, ngoài nước, mới, cũ, già, trẻ. Người nào tôi cũng yêu mến, duy chỉ ba người tôi kính phục, trân trọng hết lòng. Đó là anh Nghiêm Xuân Hồng, Mai Thảo và Nhật Tiến.

Về mặt văn chương, cả ba đều không hợp tạng tôi.

Ngày xưa anh Nghiêm Xuân Hồng là đầu tàu của nhóm Quan Điểm, dùng văn chương làm vũ khí chống cộng, nên khô như gạch. Tác phẩm kịch của anh, Người Viễn Khách Thứ Mười, ráng lắm tôi đọc đến trang thứ 30 là đầu hàng, bỏ dở, không cách chi đọc tiếp!

Anh Nhật Tiến xuất thân là nhà giáo nên văn chương hiền lành, nhẹ nhàng, "tải đạo". Tôi, đi lên từ bùn nhơ, nên không chịu được loại văn chương "giáo khoa" này.

Anh Mai Thảo, ngoài tập tùy bút mỏng dính Đêm Giã Từ Hà Nội và một vài truyện ngắn cùng tập thơ Ta Thấy Hình Ta Những Miếu Đền, số còn lại, trên dưới 50 tiểu thuyết, tôi đều không chịu nổi, văn chương điệu đà, đọc phát mệt.

Nhưng cả ba đều là những nhân cách tuyệt vời.

Về già anh Nghiêm Xuân Hồng thay đổi hẳn 180 độ. Từ một người say mê chính trị, anh biến thành một cư sĩ, một thiền sư uyên thâm kinh điển. Ngoài các tác phẩm liên quan đến Phật giáo anh đã viết và đều đặn xuất bản, còn hàng ngày tới các chùa giảng kinh. Anh thường đến thăm tôi, nhìn công việc tôi làm, cười nhẹ hiền từ

"Cậu có biêt cậu đang làm công việc của một Bồ tát không?"

"Em không hiểu."

"Phát nguyện của các Bồ tát là yêu thương tất cả mọi người, xóa bỏ hận thù, xiển dương điều thiện. Cậu làm Hợp Lưu là đang thực hiện công việc tôi vừa nói. Đó là công việc của các Bồ tát."

Anh Mai Thảo thường bị hiểu lầm là một người trịch thượng, cao ngạo, khó gần. Sự thật anh thủy chung, hào sảng, trượng phu với tất cả mọi người, nhất là bạn bè, không phân biệt tuổi tác, mới cũ và đặc biệt hơn nữa, trân trọng rất mực chữ nghĩa. Suốt cuộc đời chưa bao giờ anh dùng chữ nghĩa để bỉ thử ai, dù có không ít những đồn thổi, những bài viết tiêu cực về anh. Đã rất nhiều lần anh nói với "bọn trẻ" chúng tôi, chữ nghĩa đẹp lắm cơ, đừng dùng nó như một thứ vũ khí, hãy tử tế với nó. Hợp Lưu có những lúc bị đối xử tồi tệ, tôi nóng, nhiều lần định trả đũa rồi chợt nhớ lời Mai Thảo, tôi nuốt cơn giận xuống. Phải, "chữ nghĩa đẹp lắm cơ, hãy tử tế với nó." Anh Mai Thảo, em nhớ anh!

Anh Nhật Tiến, những lúc tôi lao đao vì tờ báo, anh luôn bên cạnh. Tấm lòng của anh, nhân cách của anh mãi mãi không bao giờ tôi quên. Ngày anh ra đi, vì bệnh tôi không thể đến tiễn đưa, mãi hôm nay tôi vẫn còn ân hận.

CAO XUÂN HUY

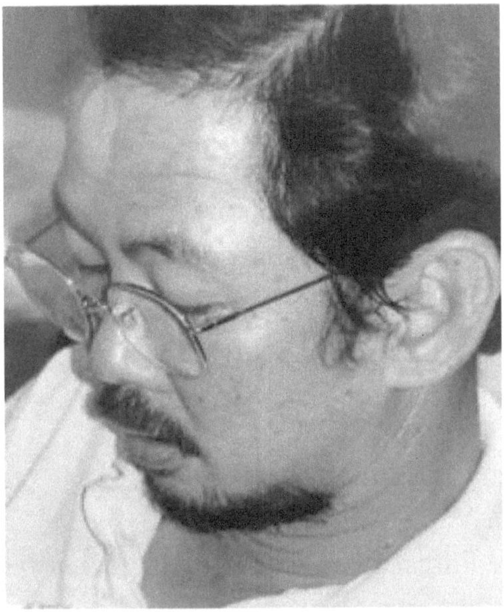

Tôi đã định viết về một bạn nhậu tâm đắc, nhà văn Cao Xuân Huy, tác giả Tháng Ba Gãy Súng, nhưng nghĩ không ai viết đầy đủ bằng Ngô Thế Vinh, bởi ngoài tư cách nhà văn, Ngô Thế Vinh còn là một bác sĩ, nên khi nói đến căn bệnh đã dẫn đến cái chết của Cao Xuân Huy, chắc chắn khó có ai đủ thẩm quyền hơn.

Xin phép bạn hiền, bác sĩ, nhà văn Ngô Thế Vinh, cho tôi sử dụng bài viết của anh.

Khánh Trường

CAO XUÂN HUY - THÁNG BA GÃY SÚNG

TIỂU SỬ CAO XUÂN HUY

09-1947 năm sinh, quê nội Bắc Ninh, quê ngoại Hà Nam, Bắc Việt
10-1954 di cư vào Nam với mẹ
02-1968 đi lính Thuỷ Quân Lục Chiến, VNCH.
03-1975 bị bắt làm tù binh
09-1979 ra tù.
12-1982 vượt biên.
10-1983 đến Mỹ.
1984 định cư tại Nam California.
2005 chủ biên tạp chí Văn Học tới 04-2008
11-2010 mất tại Lake Forest, Nam California

Tác phẩm:
Tháng Ba Gãy Súng, 1985
Vài Mẩu Chuyện, 2010

TỰ SỰ CAO XUÂN HUY VỚI THÁNG BA GÃY SÚNG

Tháng Ba Gãy Súng, Văn Khoa xuất bản lần đầu tiên 1986,

Văn Học tái bản 2004, với mẫu bìa Khánh Trường.

Đây là một bút ký chiến tranh được tái bản nhiều lần nhất ở hải ngoại.

Tôi không phải là một nhà văn, mà tôi chỉ là một người lính, lính tác chiến đúng nghĩa của danh từ, và những điều tôi viết trong quyển sách này chỉ là một câu chuyện, câu chuyện thật một trăm phần trăm được kể lại bằng chữ. Tôi viết những điều mà những thằng lính chúng tôi đã trực tiếp tham dự nhưng không ai viết lại, trong khi nhiều người đã viết về những chuyện chiến trường thì hình như chẳng có ai dự.

Trong lứa tuổi của tôi, lứa tuổi dưới mười khi theo gia đình di cư từ Bắc vào Nam, ngoại trừ những người có thân nhân ruột thịt bị giết bởi Việt Cộng, còn hầu hết, có bao nhiêu người thực sự căm thù Việt Cộng đâu, vì rõ rệt một điều là từ lứa tuổi tôi trở xuống, có đứa nào biết Việt Cộng là cái gì đâu. Cũng y như lứa tuổi dưới mười khi theo cha mẹ qua Mỹ từ năm 1975 ở đây bây giờ. Cũng thù ghét Việt Cộng vậy, nhưng chỉ là cái thù gia truyền, cha mẹ thù ghét thì mình cũng thù ghét theo thế thôi, chứ chẳng có gì là sâu đậm cả. Cho đến khi lớn lên, đầu óc đã tạm đủ để suy xét thì khổ một nỗi, hệ thống tuyên truyền của Việt Nam Cộng Hòa lại có giá trị phản tuyên truyền nhiều hơn là tuyên truyền. Cho nên khi vào quân đội, tôi tình nguyện vào đơn vị tác chiến thứ thiệt vì căm thù kẻ địch thì ít mà vì cái máu ngông nghênh của tuổi trẻ, vì bị kích thích bởi những cảm giác mạnh của chiến trường thì nhiều.

Tuy nhiên, vì ở một đơn vị thường xuyên tác chiến, cùng gian nguy, cùng sống chết với nhau nên tôi đã gắn bó với bạn bè, đồng đội trong đơn vị như với anh em ruột thịt. Tôi yêu đơn vị tôi, tôi yêu màu mũ, màu áo tôi, tôi yêu thuộc cấp tôi và tôi kính trọng thượng cấp tôi. Tôi bình thản chấp nhận mọi thói hư tật xấu của thượng cấp và thuộc cấp, và chính tôi cũng có quá nhiều thói hư tật xấu.

Nhưng, khi hai ông xếp lớn của tôi là đại tá lữ đoàn trưởng và trung tá lữ đoàn phó bỏ lữ đoàn gồm bốn tiểu đoàn tác chiến và các đơn vị phụ thuộc tổng cộng vào khoảng trên dưới bốn ngàn người trong cơn quẫn bách để chạy lấy thân thì lòng căm hận của tôi đột nhiên bùng dậy. Tôi giết Việt Cộng không gớm tay nhưng không bởi lòng căm thù vì giữa chúng tôi và Việt

Cộng đã có lằn ranh rõ rệt, hai bên chiến tuyến hẳn hòi, hễ cứ thấy mặt nhau là giết, dùng mọi mưu mọi cách để giết nhau. Còn đằng này, vừa mất niềm tin vừa tủi nhục vì những người mình vừa kính trọng vừa phải tuân lệnh một cách tuyệt đối.

Làm thuyền trưởng thì phải sống chết theo tàu, làm đơn vị trưởng thì phải sống chết theo đơn vị. Tôi muốn nói đến tinh thần trách nhiệm của người chỉ huy. Người có quyền hành mà không có trách nhiệm nào có khác gì kẻ phản bội. Chúng ta thua không phải vì kẻ địch mạnh mà vì trong hàng ngũ chúng ta có quá nhiều kẻ phản bội và hèn nhát. Chính vì lòng thù hận sự hèn nhát và vô trách nhiệm của cấp chỉ huy nên hình ảnh và diễn tiến những ngày cuối cùng trước khi cả lữ đoàn tan rã và bị bắt bởi khoảng hơn một đại đội du kích Việt Cộng vào nửa cuối tháng Ba năm 1975 đã như một cuốn phim nằm in trong trí nhớ của tôi, chỉ cần một cái ấn nút là được chiếu lại một cách rõ nét với đầy đủ những suy nghĩ và phản ứng của tôi, với từng diễn tiến nhỏ mà tôi đã phải trải qua.

Tôi ôm cái kỷ niệm đau đớn và tủi nhục này cả chục năm nay, qua những năm tù đày, qua những ngày tháng lang thang ở trại tỵ nạn, qua đến Mỹ, tôi đọc được lời tuyên bố của một ông tướng cũ nào đó trên báo đại khái "Để mất nước là tội chung của mọi người, làm lớn thì tội lớn, làm bé thì tội bé". Tôi nghĩ ngay đến một điều là những thằng đâm sau lưng chiến sĩ có tội, và những thằng chiến sĩ đưa lưng cho xếp của mình đâm cũng có tội luôn. Điều này đã là cái ấn nút để tôi kể lại câu chuyện này.

Điều tôi muốn nói trong quyển sách này là không ai là không quay lại nhìn chỗ mình vừa ngã, và cũng không ai là không quay lại nhìn đống phân mình vừa thải. Ngã là lỗi của chính mình, và phân có thối cũng là phân của mình, vậy mà tại sao cả chục năm nay vẫn không thấy ai dám quay nhìn lại cái lỗi đã làm cho mình ngã lên ngay trên đống phân của mình, mà chỉ có toàn những lời chửi bới và đổ lỗi cho người khác, can đảm lắm cũng chỉ dám nhận một cái lỗi chung chung "lớn lỗi lớn, bé lỗi bé" đúng theo cái kiểu "Quốc gia hưng vong thất phu hữu trách". Thằng thất phu còn có lỗi thì còn ai mà không có lỗi, tôi cũng đành có lỗi vậy.

Tôi không nhớ câu này của ai: "Cái đám quân thần của triều đình cũ chẳng có gì phải ngại cả, vì khi có quân có quyền trong tay họ còn chẳng làm được trò trống gì, thì bây giờ, chỉ còn trơ lại có mỗi cái thân giá áo túi cơm, hỏi rằng họ sẽ làm được gì hơn ngoài cái giá và cái túi".

Đâu phải đất nước ta là một bàn cờ để hễ đánh thua ván này, xóa đi xếp quân làm lại bàn khác mà tướng vẫn là tướng, quân vẫn là quân. Đâu phải những con xe, con mã, con chốt đã chết đi đều có thể dựng đầu dậy để làm lại một trận mới.

Trí đã không mà dũng cũng không, chỉ có mỗi cái tài dở dở ương ương là sử dụng một cách bừa bãi cái dũng của người khác đến nỗi phải bỏ cả đất nước mà chạy, đánh lừa để bỏ hàng triệu thằng dám chiến đấu tới cùng vào trong những trại tù đỏ, vậy mà vẫn còn dám chường mặt ra đòi tiếp tục làm cha mẹ dân thì quả là quá lắm lắm. Cái dĩ vãng thối tha và hèn nhát thì dù cho người đương thời có thể bỏ qua, nhưng lịch sử đâu có tha thứ. Vẫn cái chính danh là chống Cộng nhưng cái ngôn của các ông trước kia làm xếp lớn đã không thuận rồi, bây giờ phải để cho lớp người mới. Với tư thế mới, họ mới là những người thuận ngôn. Danh chính ngôn thuận mới có thể thắng được Việt Cộng, khôi phục lại được đất nước. Những con chốt thấp cổ bé miệng, những thằng bị đè đầu sai khiến ngày xưa và những người mới lớn bây giờ mới có quyền nói và mới là người có tư cách làm.

Quyển sách này không hề là một tiểu thuyết mà là một hồi ký. Bởi vì tôi chưa từng là một người cầm bút và tôi cũng không biết cách sắp xếp câu chuyện như thế nào. Tháng Ba thì mọi người đã rõ, còn Gãy Súng, tôi muốn nói lên một điều đau lòng cho những thằng lính cầm súng, khẩu súng mà không có đạn thì giá trị không bằng một khúc củi mục, chính tôi đã dẫn đại đội xung phong lên chiếm mục tiêu mà chỉ bắn bằng mồm. Súng của chúng tôi có phải là đã bị bẻ gãy không khi mà vẫn có thể tiếp tế đạn cho chúng tôi để chúng tôi chiến đấu? Ai đã bẻ gãy súng của chúng tôi? Tôi đặt chữ Gãy Súng cho quyển sách này là như vậy.

Và tôi gọi Tháng Ba Gãy Súng là hồi ký vì tôi chịu hoàn toàn trách nhiệm về những điều tôi viết, tất cả những địa danh, những tên người, tên đơn vị, tất cả những diễn tiến đều là thật, thật một trăm phần trăm. Tôi không lồng vào đấy bất cứ một hư cấu nhỏ nào, chắc chắn là tôi đã quên khá nhiều chi tiết, và với cấp bậc và chức vụ thấp kém của tôi, chắc chắn là có rất nhiều dữ kiện mà tôi đã không được biết. Tôi viết lại hoàn toàn sự thật những điều mắt thấy, tai nghe, những điều tôi đã nhận lệnh và đã thi hành.

Nếu Tháng Ba Gãy Súng là tiểu thuyết thì tôi lại phải thêm một câu màu mè đại khái "những nhân vật và những sự việc đều do sự tưởng tượng của tác giả, mọi sự trùng hợp chỉ là ngẫu nhiên ngoài ý muốn...", trong khi tôi chỉ có một điều ngoài ý muốn là tôi đã không đủ khả năng để viết tất cả những điều tôi phải viết. Cao Xuân Huy

NGUYỄN XUÂN HOÀNG ĐỌC CAO XUÂN HUY

Tháng Ba Gãy Súng. Hình như tên gọi của truyện kể là điều trước tiên lôi cuốn tôi. Tựa đề của một cuốn sách vốn đơn giản. Tháng Ba Gãy Súng là sự đơn giản quyến rũ. Tháng Ba là tháng thọ nạn của miền Trung, khi cơn lốc đỏ từ miền Bắc lao xuống. Phải một thời gian sau nữa nó mới đổ ập tới Sài Gòn yêu dấu cái Tháng Tư Đen hãi hùng và thống khổ. Cao Xuân Huy đặt câu hỏi: Ai đã bẻ gãy súng của quân đội ta, những người lính dũng cảm, có thừa mưu trí và kinh nghiệm chiến trường? Ai đã làm cho người lính chúng ta bó tay, khi súng còn đó mà đạn đã hết ở trong nòng?

Tác giả cho thấy bên dưới những người và việc là sự mất niềm tin của người lính trận trước một số cấp chỉ huy, những đàn anh "khả kính" đã dứt bỏ hàng ngũ trong cơn quẫn bách để chạy lấy thân, còn thì sống chết mặc bay!

Tháng Ba Gãy Súng vẽ lại cơn hồng thủy của một cuộc chiến không thương tiếc, phủ chụp lên số phận của cả một dân tộc. Trên bờ cát lạnh lẽo của biến cố, người ta nghe thấy tiếng động của những vòng xích sắt nghiến lạo xạo trên sọ người.

Đó là cuốn sách chứa rất ít nụ cười nhưng rất nhiều máu và nước mắt; niềm vui thì khô cằn mà đau thương và bất hạnh thì màu mỡ phì nhiêu; tàn bạo và căm hờn là bình thường nhưng dịu dàng và thuận thảo là điều xa lạ.

Chữ nghĩa trong Tháng Ba Gãy Súng giản dị, tự nhiên và trong sáng. Nhưng người đọc biết rõ một cách mười mươi rằng để có được những dòng chữ tưởng chừng như dễ dàng đó, Cao Xuân Huy đã phải trả một giá khá đắt: sự thách đố của anh với tử thần trong những đường tơ kẽ tóc để đổi lấy phẩm giá làm người. Có thể nói Tháng Ba Gãy Súng đã được viết bằng một trái tim nóng bỏng trước khi được gọt dũa và trau chuốt bằng một bút pháp nghề nghiệp. Nhưng điều này không hề làm hạn chế sức sống của tác phẩm.

Những ai ham đọc sách đều biết rằng các nhà văn lừng danh trên thế giới như Flaubert, Hemingway, Dickens, Tolstoi... đều đã viết bằng một thứ ngôn từ tự nhiên và giản dị.

Trong một lần gặp gỡ tác giả, tôi hỏi anh tại sao lại xếp Tháng Ba Gãy Súng vào thể loại Hồi Ký mà không là Truyện Kể hay Truyện Ký, Cao Xuân Huy trả lời: "Bởi vì tôi đã không lồng vào đấy bất cứ một hư cấu nhỏ nào. Tôi viết lại hoàn toàn sự thật những điều mắt thấy tai nghe. Chỉ tiếc một điều là tôi đã không đủ khả năng để viết được tất cả những gì tôi cần phải viết".

Thật vậy, văn chương vốn cần hư cấu, nhưng hiện thực tự nó cũng thừa sự lớn lao và sâu sắc mà một trí tưởng tượng khiêm tốn đôi khi còn nghèo nàn và nông cạn hơn. Nói cách khác, hư cấu trong một tác phẩm tuy cần thiết, nhưng hiện thực bao giờ cũng là nền tảng để từ đó hư cấu có thể thành hình và đứng vững.

Chính cái hiện thực này đã khiến cho ngòi bút của Cao Xuân Huy có được cái vẻ sắc sảo đặc biệt, đồng thời cũng làm cho Tháng Ba Gãy Súng giữ được cái vẻ tươi mát nóng bỏng mà mọi thứ hư cấu rắc rối không sao đạt được.

Và nghệ thuật của Cao Xuân Huy nằm ở chỗ làm cho tác phẩm của anh có được sức thuyết phục mạnh mẽ hơn cái nó vốn có trong thực tế.

Thích nhất là những mẩu đối thoại trong Tháng Ba Gãy Súng. Nó nguyên chất, nhưng không dư thừa và tầm thường. Nó chưa bị chảy qua cái máy lọc "văn chương triết lí" nào. Nó sống và chát. Và rất gần với chúng ta.

Trả lời câu hỏi động cơ nào khiến anh viết Tháng Ba Gãy Súng, Cao Xuân Huy nói: "Không ai là không quay lại nhìn chỗ mình vừa ngã, và cũng không ai là không quay lại nhìn đống phân mình vừa thải. Ngã là lỗi của chính mình và phân có thối cũng là phân của mình. Vậy mà tại sao cả chục năm nay vẫn không thấy ai dám quay lại nhìn cái lỗi đã làm cho mình ngã ngay trên đống phân của mình, ngoài những lời chửi bới và đổ lỗi cho người khác".

Tất nhiên câu nói của anh còn có chỗ phải bàn thảo lại, suy nghĩ thêm, nhưng ở đây trong khung cảnh đặc biệt của Tháng Ba Gãy Súng, câu nói đó có cách lí giải riêng của nó.

Trước khi cầm bút viết lại những ngày tháng của lịch sử một trận chiến mà mình là một chứng nhân, Cao Xuân Huy đã là một sĩ quan chiến đấu thuộc một binh chủng lừng danh chiến trường mà mọi người chúng ta đều nghe tiếng: Thủy Quân Lục Chiến.

Chiến trường, sống và viết, Cao Xuân Huy có đủ những yếu tố đó để viết những trang văn xuôi nóng bỏng của mình.

Cao Xuân Huy nói: "Đất nước ta đâu phải là một bàn cờ mà hễ đánh thua ván này thì xóa đi xếp quân làm lại bàn khác, mà tướng vẫn là tướng, quân vẫn là quân, đâu phải những con xe, con mã, con chốt đã chết đều có thể dựng đầu dậy để làm lại một trận đấu mới!"

Những suy nghĩ đó của anh không hề có ý định dừng lại ở chỗ chỉ là những điều viết ra để ngẫm nghĩ.

Khi trang cuối của Tháng Ba Gãy Súng được gấp lại, người đọc hình như vẫn cảm thấy còn một điều gì đó chưa xong chưa hết. Cái dấu chấm hết của mệnh đề sau cùng vẫn còn là một lời hứa hẹn sẽ mở ra một trang sách khác.

Dù sao những hình ảnh tàn nhẫn và khủng khiếp, những nỗi lo âu và hãi hùng vẫn còn đọng lại trong ta.

Vẫn còn đọng lại trong ta những địa danh, địa hình, địa điểm quen thuộc của một vùng đất quê hương khô cằn, cả thời tiết của đất trời mà da thịt ta vốn từng chịu đựng, và nhất là vẫn còn đọng lại trong ta hình ảnh những con người - trong đó có chúng ta - với số phận hẩm hiu cô quạnh bị bủa vây trong cơn cuồng nộ của những biến cố bạo tàn...

Tất cả những người và việc ấy chừng như mới xảy ra ngày hôm qua, vẫn còn luẩn quẩn đâu đây...

Với Tháng Ba Gãy Súng, Cao Xuân Huy đã viết được "những trang văn xuôi lương thiện và giản dị về con người", điều mà Ernest Hemingway gọi là "trên đời này thật không có gì khó khăn hơn".

Nguyễn-Xuân Hoàng
Santa Ana, tháng Tư 1986

Nguồn: Talawas http://talawas.org/talaDB/showFile.php?res=536&rb=0102

Cũng được cho biết Tháng Ba Gãy Súng đã được tái bản đến 14 lần, và sách đã có mặt trong các thư viện lớn trên thế giới. Có lẽ chưa một cuốn sách nào ở hải ngoại được tái bản nhiều lần và được tìm đọc nhiều đến như vậy. Cuốn sách cũng được đưa nguyên vẹn vào bộ trường thiên tiểu thuyết "Mùa biển động" của nhà văn Nguyễn Mộng Giác như một chương kết.

MỘT CAO XUÂN HUY KHÁC

Trong tình bằng hữu nhiều năm với Huy, được sự đồng ý của chị Cao Xuân Huy và hai cháu Chúc Dung & Xuân Dung, bài viết thiên về khía cạnh y khoa này, nói về một Cao Xuân Huy khác, người bệnh Cao Xuân Huy chênh vênh trên con dốc của tử sinh, đã can trường chống chỏi với bệnh tật cho tới những ngày và giờ phút cuối cùng và đã ra đi với tất cả "phẩm giá,"

*

Melanoma là loại ung thư phát triển từ những tế bào sản xuất sắc tố melanin / melanocytes, yếu tố định hình màu da của mỗi chủng tộc. Thông thường melanoma là loại ung thư da / melanoma skin cancer, nhưng mắt cũng có thể là nơi phát triển loại ung thư này, tuy khá hiếm. Ung thư sắc tố melanoma trong mắt thì không dễ phát hiện như ở ngoài da. Khi phát hiện thường là đã trễ. Đó là trường hợp Cao Xuân Huy, rất tình cờ, khi Huy nheo một bên mắt thì mắt kia không thấy gì. Huy báo tin cho tôi biết.

Khi đột ngột mất thị giác một mắt, phải nghĩ tới những nguyên nhân khẩn cấp khác [như bong võng mạc / retinal detachment, tai biến mạch máu não / stroke, thiên đầu thống / migraine, cao áp nhãn / glaucoma...] thay vì nghĩ ngay tới ung thư mắt. Một bác sĩ nhãn khoa Việt Nam đã khám ngay cho Huy, chẩn đoán lâm sàng đầu tiên cho đây có thể là do một loại nấm khá hiếm mọc trên võng mô / retina. Nhưng cũng rất sớm, những ngày sau đó, UCLA đã có một chẩn đoán chính xác cho Huy: ung thư sắc tố mắt / ocular melanoma. Từ đây, trong suốt bài này chỉ đơn giản gọi là "melanoma-mắt."

Không rõ nguyên nhân, nhưng số người mắc bệnh melanoma-mắt thì cao hơn ở nhóm người da trắng, mắt xanh [không phải Huy], hoặc cũng có thể vì "hiệu ứng gây ung thư / oncogenic effects" do phơi ngoài nắng lâu dài; riêng đặc tính này thì Huy được xem như "overqualified", do những năm dài lính tráng hành quân khắp bốn vùng chiến thuật và sau đó là thêm những năm lao động khổ sai tù đầy ở một xứ sở nhiệt đới như Việt Nam. Nói thêm, theo thuật ngữ y khoa, thì đây có thể là do "sai lầm của gene biến thể / mutated gene" đã ra lệnh hoảng cho các tế bào sản xuất melanin tiếp tục phát triển thay vì bình thường theo chu kỳ lão hóa và rồi chết đi. Y khoa bước đầu cũng đã tìm ra những "dấu ấn phân tử / molecular markers" trong nhiễm sắc thể / chromosome để phát hiện rất sớm các di căn.

Melanoma-mắt là loại ung thư hiếm, rất thầm lặng và khi phát hiện thường là trễ với hơn 50% đã có di căn, nên tuổi thọ / life expextancy của những bệnh nhân này rất là ngắn, còn khoảng từ 2 tới 7 tháng; chỉ có khoảng 15% bệnh nhân là sống lâu hơn 12 tháng. Lý do chính là melanoma mắt với di căn tới gan, hầu như kháng lại mọi điều trị.

Melanoma-mắt có thể hoàn toàn không có triệu chứng gì ban đầu, khi có triệu chứng cũng không đặc thù như lóa mắt /

flashing lights, mờ mắt / blurred vision hay với triệu chứng nhức mắt do tăng nhãn áp / glaucoma hoặc mất thị giác / vision loss [trường hợp của Huy], và diễn tiến lâm sàng thì rất bất định về thời gian trước khi có di căn tới các bộ phận khác ngoài xa mắt như gan, phổi, não và xương.

Các xét nghiệm và phương pháp chẩn đoán bao gồm: thử máu chức năng gan, siêu âm mắt để phát hiện bướu trong mắt, chụp mạch máu mắt với chất cản quang, và có thể cần tới sinh thiết / biopsy vùng bướu trong mắt để xác định loại ung thư. Tiếp theo là theo dõi định kỳ, cũng với xét nghiệm máu, hình phổi, CT scan thay MRI để phát hiện sớm vùng bị di căn. UCLA đã cung ứng cho Cao Xuân Huy gần như đầy đủ những "tiêu chuẩn" như vậy.

Nhưng yếu tố thời gian vẫn là tiên quyết. Thử chức năng gan đôi khi vẫn bình thường nhưng có thể ung thư đã lan tới gan, với những di căn rất nhỏ / micrometastases.

Melanoma-da và melanoma-mắt, tuy cùng tên gọi nhưng lại là hai loài "dã thú" khác nhau. "Hóa trị / chemotherapy" có thể hiệu quả với melanoma-da nhưng lại gần như "bất trị" đối với trường hợp thứ hai. Kinh nghiệm điều trị di căn / metastases gan từ melanoma-mắt không nhiều. Hiệu quả điều trị được định nghĩa như bướu di căn thu nhỏ lại 50% hay hơn. Nếu đáp ứng chỉ được 15% không khác với hiệu ứng placebo/ giả dược thì việc tiếp tục điều trị thêm nữa chỉ làm thống khổ thêm người bệnh trong những tháng ngày ngắn ngủi còn lại.

Người lính Cao Xuân Huy 2007 và Mẹ già
[nguồn: TQLC, Úc Châu]

Cao Xuân Huy không là con bệnh của phẫu thuật / surgical candidate. Khởi đầu, Huy được xạ trị / radiation therapy trên vùng mắt bệnh hay từ chuyên môn còn gọi là brachytherapy, như một loại kim phóng xạ / radioactive seeds.

Sau bước điều trị ấy, Huy vẫn được UCLA thường xuyên theo dõi. Do chỉ còn nhìn được với một mắt nên tầm thị giác của Huy bị giảm đáng kể, mất khả năng lượng giá chiều sâu / depth perception, nhưng Huy thì vẫn thản nhiên sinh hoạt bình thường, hàng ngày lái xe khá xa từ nhà ở Lake Forest đi làm trên Little Saigon, khi lái xe về nhà ban đêm Huy đã thấy khó khăn hơn.

Hóa trị liệu được dùng trong điều trị melanoma da và mắt. Thuốc cho qua đường tĩnh mạch, theo đường dẫn của máu tới vùng ung thư nhằm nhanh chóng giết chết các "tế bào ác". Cũng không tránh được thuốc ấy giết hại cả những tế bào lành. Và dĩ nhiên có vô số những biến chứng phụ / side effects do thuốc, khiến không ít số bệnh nhận phải bỏ cuộc, bao gồm: trầm cảm, mỏi mệt, nôn mửa xuống cân, thiếu máu, giảm bạch cầu nghiêm trọng / neutropenia làm mất khả năng đề kháng dễ bị nhiễm trùng nặng gây tử vong...Tiến bộ của y khoa đã có những thuốc mới làm giảm thiểu các phản ứng phụ này. Chỉ khoảng 20% bệnh nhân malanoma-da có đáp ứng điều trị. Chưa có hóa trị liệu nào chứng tỏ có hiệu quả đối với di căn melanoma-mắt xuống gan, như trường hợp Cao Xuân Huy.

Bướu di căn của loại melanoma này không phải chỉ có một, do có nhiều bướu nhỏ trong gan, nên phẫu thuật cắt bỏ / resection không có chỉ định trong trường hợp này.

Người lính Cao Xuân Huy 2007 và vợ, Úc Châu
[nguồn: tư liệu gia đình Cao Xuân Huy]

Vợ chồng Cao Xuân Huy và 2 con gái Chúc Dung, Xuân Dung
[nguồn: tư liệu gia đình Cao Xuân Huy]

Nói chung, một số loại ung thư có thể chữa lành, nhưng melanoma-mắt với di căn gan thì không có hay đúng hơn là chưa có trong danh sách ấy, nó thuộc loại rất "ác tính" vẫn còn là một thách đố với tiến bộ của y khoa trong thế kỷ 21.

Cũng như khi cầm bút, Huy viết về cái xấu cái tốt của mình một cách thản nhiên, thì nay nói về bệnh ung thư mắt của mình cũng với một sự thản nhiên như vậy, trong khi người nghe thì không tránh được nỗi xúc động hay cả hốt hoảng. Một người bạn thân sau khi gặp Huy đã phát biểu: "Huy bệnh ngặt nghèo như vậy mà chính mình lại như được nó an ủi."

Theo dõi Huy, mới thấy Huy là người bệnh khá mẫu mực, dứt bỏ rượu dễ dàng, rất kỷ luật trong từng giai đoạn điều trị, Huy cũng đã nhận được những chăm sóc y khoa tiên tiến nhất mà anh rất xứng đáng được hưởng. Đổi lại, Huy đã cống hiến cho y khoa một "case study" tốt nhất trong cuộc chiến đấu khuất phục loại ung thư mắt dữ dằn này.

Huy đã can đảm chịu đựng, vượt lên trên những thống khổ do hậu quả của các bước điều trị mà ngay từ bước đầu đã không có một hứa hẹn thắng lợi nào. Anh cũng được báo trước rằng khi chấp nhận điều trị, phẩm chất những tháng ngày còn lại của anh có thể sẽ bị ảnh hưởng không những thế quỹ thời gian của Huy còn có thể bị rút ngắn hơn. Huy đã can đảm chấp nhận tất cả.

Huy và tôi, qua cell vẫn liên lạc với nhau hàng tuần, thường là ngày thứ Năm sau ngày tái khám ở UCLA về. Thường là tôi phone cho Huy, nhưng lần này Huy gọi tôi báo tin cho biết CT scan mới phát hiện có bướu nhỏ trong gan. Nhiều phần có thể là do di căn từ ung thư mắt nhưng cũng có thể là một bướu gan tiên khởi / primary tumor không có liên hệ gì tới melanoma-mắt, khi mà tỉ lệ ung thư gan do viêm gan siêu vi B của người Việt Nam hay các sắc dân Á châu nói chung khá cao. Dù trường hợp nào thì điều trị cũng là rất khó khăn.

Tuần lễ sau đó, con gái Huy đưa bố vào UCLA làm biopsy / sinh thiết gan, và chưa bao giờ nghe Huy mở miệng than đau. Kết quả sinh thiết gan xác định bướu gan là do di căn từ ung thư mắt. Không thể giải quyết bằng phẫu thuật, mà xạ trị / radiation therapy hay hóa trị / chemotherapy đều không có hiệu quả với loại di căn này. Cuộc chiến đấu sắp tới của Huy có phần gay go hơn. Huy rất biết có một dự hậu / prognosis không sáng sủa như vậy nhưng vẫn chấp nhận "một vòng / cycle hoá trị liệu" đầu tiên, mỗi tuần vào ngày thứ Tư trong 6 tuần lễ. Huy vượt qua vòng đầu một cách dễ dàng dĩ nhiên cũng phải trải qua tất cả những biến chứng phụ do thuốc. Thời gian này, Huy vẫn tự lái xe đi làm và cả cuối tuần thì gặp gỡ các bằng hữu. Tái lượng giá sau vòng 1 hoá trị, vùng di căn ổn định, không lớn ra hay phát tán thêm. Như một chút ánh sáng cuối đường hầm, nhưng không thể nói điều trị đã có hiệu quả. Trong cuộc chiến rất không cân xứng ấy, thắng lợi đầu tiên không phải là diệt mà là "cầm chân địch". Và Huy chấp nhận thêm một "vòng hóa trị thứ hai", cũng mỗi tuần trong 6 tuần lễ nữa.

Không biết bên địch tổn thất bao nhiêu, nhưng rõ ràng Huy bắt đầu phải trả giá. Tuần lễ đầu tiên, sau lần hóa trị của vòng 2, Huy cho biết, ngoài các phản ứng phụ đã trải qua như ở vòng đầu, thì lần này khắp mình mẩy thêm cái "đau như xé thịt" _ chữ của Cao Xuân Huy. Huy chưa bao giờ biết than đau, có nghĩa là ngưỡng chịu đau / pain threshold của Huy rất cao, cái đau 10/10 vẫn không khiến Huy có ý định bỏ cuộc. Tuần lễ thứ hai, với sự dè dặt của toán điều trị, nhưng Huy vẫn yêu cầu tiếp tục bước thứ hai. Vẫn cái "đau xé thịt" ấy nhưng cường độ thì lớn hơn và kéo dài hơn mấy ngày sau khiến Huy phải cần thuốc giảm đau. Đây là một khúc rẽ quan trọng, do sức người có hạn, Huy không thể đi những bước tiếp theo, theo lượng định của toán điều trị chứ không phải do Huy. Sự can trường với sức mạnh tinh thần vốn có của Huy đã không tỉ lệ với thể trạng của Huy bây giờ. Huy cần một "thời gian dưỡng thương" trước khi có thể hoạch định một bước điều trị khác.

Rồi bước tái lượng giá tiếp theo, Huy được báo cho biết bướu di căn cũ thì đã lớn hơn và có thêm nhưng di căn mới trong gan. Riêng Huy cũng cảm thấy vùng gan bây giờ không chỉ cứng hơn mà còn lớn hơn và ăn uống thì khó khăn. Từ đây Huy xuống sắc, xuống cân và yếu đi rất nhanh, duy tinh thần thì vẫn vững vàng. Như từ bao giờ, Huy vẫn với thái độ rất thản nhiên, và như không có gì để hối tiếc.

Có lần gặp Huy đã quá yếu, không còn đứng vững trên hai chân, sắp ngã quỵ mà Huy vẫn không muốn vịn trên cánh tay người bạn đứng bên mình.

Như vậy UCLA cũng đã bó tay, và gửi trả Huy về với bác sĩ gia đình. Thay vì đưa vào hospice / nơi chăm sóc người cận tử, thì Huy vẫn sống với sự chăm sóc đầy ắp thương yêu của gia đình với vợ và hai con.

Chủ Nhật 07/11/2010, lễ hứa hôn con gái thứ hai của Huy [cháu Xuân Dung] được tổ chức sớm hơn trong gia đình cho Huy vui và Huy đã thực sự vui với ngày vui ấy của con gái. Sau này tôi khám phá ra một điều, một Cao Xuân Huy tuy cứng cỏi nhưng cũng biết sợ, rất sợ đứa con gái thứ hai. Huy có thể không nghe đôi lời khuyên của tôi, nhưng những gì nhắn qua Xuân Dung, như mệnh lệnh của trái tim, tôi biết chắc Huy sẽ làm.

Cao Xuân Huy và bạn hữu, từ phải, Hoàng Khởi Phong,
Hoàng Chính Nghĩa, Cao Xuân Huy, Ngô Thế Vinh
[nguồn: photo by Phạm Bích Hoan 2006]

Những ngày sau đó, các cơn đau khiến người Huy co lại nhưng Huy vẫn không muốn dùng nhiều thuốc giảm đau. Cuối cùng thì phải cần tới morphine với liều lượng càng ngày càng tăng mỗi hai tiếng và cũng chỉ phần nào giảm các cơn đau đổ ập tới. Huy thì vẫn khắc kỷ chịu đựng, không rên siết hay một lời than đau và vẫn không thiếu nụ cười hiền với người thân và các bằng hữu rất quý Huy tới thăm.

Năm ngày sau, 4 giờ 53 chiều thứ Sáu 12 tháng 11, Huy đã

yên tĩnh và mãn nguyện ra đi vẫn bên sự chăm sóc thương yêu của vợ con và có thêm hai người bạn vô cùng thân thiết: một từ thuở thơ ấu, Bs Nguyễn Đức mới tới từ Florida, một từ thời quân ngũ TQLC, anh Trần Như Hùng đã đến kịp từ Úc Châu.

Bước trên con dốc chênh vênh của tử sinh, trong cuộc chiến không cân sức ấy, Cao Xuân Huy như một người bệnh mẫu mực, đã can trường hoàn tất cuộc chiến đấu cuối cùng của đời mình, với tất cả sức mạnh tinh thần và đã ra đi với nguyên vẹn phẩm giá / with dignity.

BÀI THƠ THÁNG BA TRỊNH Y THƯ

eMail Trịnh Y Thư 12 tháng 11, 2016, cũng là ngày giỗ thứ 6 của Cao Xuân Huy. Bài thơ TYT làm ngay tối hôm CXH trút hơi thở cuối cùng. Bức ảnh trong bài thơ do TYT chụp lúc tro CXH thả xuống biển Laguna Beach 100 ngày sau.

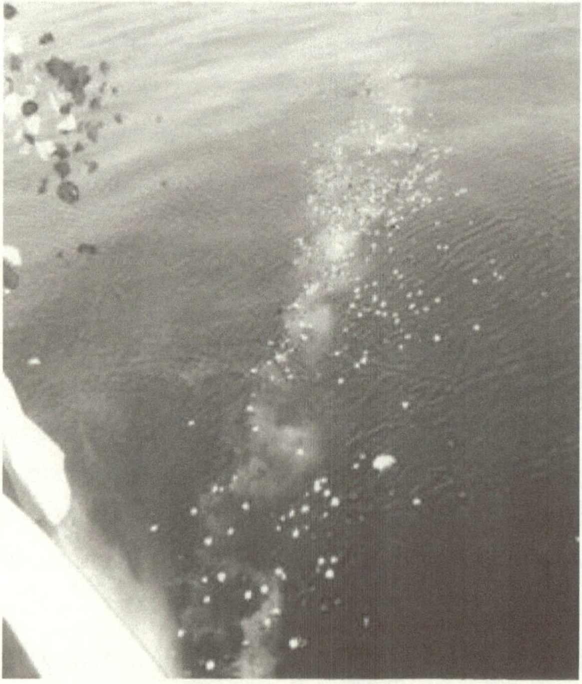

Tháng Ba, hãy trôi đi

Tháng ba đỉnh trời toác máu
lũ kên kên chao chiêng mùi tử khí trào dâng
tháng Ba xác trẻ và người già

Nằm bên nhau thanh thản nghe gió vi vu
bờ lau Cửa Việt sóng bủa lớn
nuốt chửng –

Thành phố lạ, biển đen không đâu là nhà
tên tuổi lãng quên như râu tóc
bản nháp cuộc đời viết mãi chưa xong

Đêm trổ mưa, đi về như cơn mộng
rượu đỏ máu bầm cũng thế thôi
ngan ngát hoàng lan chờ bên khung cửa

Chua xót viên đạn cũ còn sưng vết thương
tháng Ba trở về bờ cát đỏ
tháng Ba trôi đi như ngàn sương

Lạ thổ ngơi lạ cả tình
bên kia núi còn nghe đồng vọng
u uất đêm trăng –

Chờ ngày hóa thân
cõi lạ vừa nằm xuống đã thấy biển xưa
cát trắng mái nhà nâu hàng dừa
Hãy trôi đi tháng Ba.

Trịnh Y Thư
12.11.2010

Ngô Thế Vinh
California, 16.11.2010
Nhớ Ngày Giỗ thứ 6 Cao Xuân Huy 12.11.2016

Mục lục

MỞ NGUỒN

Liên lạc:
Nhà xuất bản: Mở Nguồn,
han.le3359@gmail.com
(408) 722-5626

Tác giả, alexkhtruong@yahoo.com
or FB Messenger khanh truong

www.ingramcontent.com/pod-product-compliance
Lightning Source LLC
LaVergne TN
LVHW100102051026
849525LV00001B/486

* 9 7 8 1 9 9 0 4 3 4 1 1 2 *